साहसी जीवन कसं जगाल

अशक्य कार्य शक्य कसं कराल?

बेस्ट सेलर पुस्तक
'विचार नियम'चे
रचनाकार
सरश्री

7 Questions of Highly Aware People

साहसी जीवन कसं जगाल
अशक्य कार्य शक्य कसं कराल?

Sahasi Jeevan Kasa Jagal
Ashakya Karya Shakya Kasa Karal
by **Sirshree** Tejparkhi

प्रकाशक : वॉव पब्लिशिंग्ज् प्रा. लि., पुणे

प्रथम आवृत्ती : ऑक्टोबर २०१६
पुनर्मुद्रण : ऑक्टोबर २०१७, ऑगस्ट २०१९

ISBN : 978-81-8415-536-5

© Tejgyan Global Foundation

All Rights Reserved 2016
Tejgyan Global Foundation is a charitable organization
having its headquarters in Pune, India.

सर्वाधिकार सुरक्षित
'वॉव पब्लिशिंग्ज् प्रा. लि.'द्वारे प्रकाशित हे पुस्तक अशा अटीवर विकण्यात येत आहे, की प्रकाशकाच्या लेखी पूर्वअनुमतीविना ते व्यापाराच्या दृष्टीने अथवा अन्य प्रकारे उसने, भाड्याने अथवा विकत, अन्य कोणत्याही प्रकारच्या बांधणीत अथवा अन्य मुखपृष्ठासह देता येणार नाही; तसेच अशाच प्रकारच्या अटी नंतरच्या ग्राहकावर बंधनकारक न करता आणि वर उल्लेखिलेल्या कॉपीराइटपुरत्या मर्यादित न ठेवता या पुस्तकाच्या कोणत्याही स्वरूपाच्या विनिमयास, तसेच कॉपीराइटधारक व वर उल्लेखिलेले प्रकाशक दोघांच्याही लेखी पूर्वअनुमतीविना इलेक्ट्रॉनिक, मेकॅनिकल, फोटोकॉपी, रेकॉर्डिंग इत्यादी प्रकारे या पुस्तकाचा कोणताही अंश पुनःप्रस्तुत करण्यास, जवळ बाळगण्यास अथवा सुधारित स्वरूपात प्रस्तुत करण्यास मनाई आहे.

'असंभव कैसे करें संभव' या मूळ हिंदी पुस्तकाचा मराठी अनुवाद

प्रस्तुत पुस्तक समर्पित आहे,
अर्जुनासारख्या शिष्यांना ज्यांनी योग्य वेळी
योग्य प्रश्न विचारण्याचं साहस केलं.
त्यांनी विचारलेल्या प्रश्नांमुळे
विश्वातील विकासाच्या शक्यता
आजही खुलत आहेत.

अनुक्रमणिका

	पुस्तकाचा लाभ कसा घ्याल	९
प्रस्तावना	लाखमोलाचे ७ प्रश्न	११
	खंड १	**१५**
अध्याय १	'अंतिम हो'चा प्रवास परोपकारी जीवनाचा आदर्श	१७
अध्याय २	हातिम कोण, तुम्ही कोण हुस्नबानो आणि दाईमाँ यांमागील रहस्य	२२
अध्याय ३	तो कोण आहे, ज्याला वारंवार बघण्याची इच्छा होते पहिला प्रश्न	३२
अध्याय ४	अदृश्याचा शोध पहिल्या प्रश्नाचं उत्तर	३७
अध्याय ५	सर्वांचं भलं केल्याने तुमचंही कल्याण होईल दुसरा प्रश्न	४४
अध्याय ६	अहंकाराचा मृत्यू दुसऱ्या प्रश्नाचं आंतरिक रहस्य	४८
अध्याय ७	जसं कराल, तसं भराल तिसरा प्रश्न	५६

अध्याय ८	कोण बनेल क्षमापती	५९
	तिसऱ्या प्रश्नाचा प्रयोग	
अध्याय ९	सत्याचा विजय निश्चित	६७
	चौथा प्रश्न	
अध्याय १०	जे मिळालंय, ते किती किलोचं	७१
	चौथ्या प्रश्नाचं मूल्य	
अध्याय ११	अहंकाराला 'स्व'ची आर्त हाक	७६
	पाचवा प्रश्न	
अध्याय १२	जशी हरि इच्छा	८०
	पाचव्या प्रश्नावर मनन	
अध्याय १३	मोत्याची खरी पारख	८६
	सहावा प्रश्न	
अध्याय १४	समोरचा मोती कोण	८९
	सहाव्या प्रश्नाशी आपलं नातं	
अध्याय १५	रहस्य भेद	९६
	सातवा प्रश्न	
अध्याय १६	भ्रमातून मुक्त कसं व्हाल	१०१
	सातव्या प्रश्नाचं तेजसत्य	
	खंड २	**१११**
प्रस्तावना	७ लाभदायी प्रश्न	११३
अध्याय १७	दिव्य तरंगाशी ताळमेळ साधा	११७
	पहिला लाभदायी प्रश्न	
अध्याय १८	अशक्य गोष्ट शक्य कशी कराल	१२२
	दुसरा लाभदायी प्रश्न	

अध्याय १९	सर्वोच्च स्थानी कोण तिसरा लाभदायी प्रश्न	१२६
अध्याय २०	मी पूर्वावस्थेत आहे का चौथा लाभदायी प्रश्न	१३१
अध्याय २१	बीज पेराल आनंदाचं की भिकेचं पाचवा लाखमोलाचा प्रश्न	१३५
अध्याय २२	कथा कोणाची सहावा लाखमोलाचा प्रश्न	१३९
अध्याय २३	'व्ही.आय.पी.' की 'झेड.आय.पी.' सातवा लाखमोलाचा प्रश्न	१४३

पुस्तकाचा लाभ कसा घ्याल

प्रस्तुत पुस्तकात एकूण दोन खंड आहेत. दोन्ही खंडात प्रत्येकी ७ प्रश्न आले आहेत. खरंतर या प्रश्नांमुळे मानवी जीवनात प्रेम, आनंद, शांती, समृद्धी, स्वास्थ्य, सुदृढ नातेसंबंध यांसारख्या सर्वोच्च बाबी येऊ शकतात. इतकंच काय, तर या प्रश्नांमुळे मनुष्य खऱ्या 'स्व'रूपाला, असीम अस्तित्वाला जाणू शकतो. पुस्तकाचा लाभ आपण या सूचनांच्या आधारे घेऊ शकता-

१. पहिल्या खंडात एकूण ७ प्रश्न समाविष्ट केले आहेत, जे हातिमताईच्या कथेद्वारे प्रस्तुत करण्यात आले आहेत. हुस्नबानोने विचारलेल्या अत्यंत कठीण अशा सात प्रश्नांची उत्तरं शोधण्याचं साहसी कार्य हातिमनं केलं. हे सात प्रश्न जाणल्याने आपल्याला मनन-चिंतन करण्यासाठी जणू एक प्रकारे खजिनाच लाभेल. म्हणूनच या प्रश्नांना 'लाखमोलाचे प्रश्न' असं संबोधण्यात आलं आहे.

२. दुसऱ्या खंडातही ७ प्रश्न समाविष्ट करण्यात आले आहेत. या प्रश्नांमुळे आपल्याला जे लाभ होतील, ते अवर्णनीय असतील.

३. हातिमच्या कथेतील सर्व मुख्य पात्रांची ओळख व्हावी, शिवाय ही सर्व पात्रं आपल्या अंतर्यामीच आहेत, हे जाणण्यासाठी प्रस्तुत पुस्तकातील दुसरा अध्याय जरूर वाचावा.

४. दुसरा लाखमोलाचा प्रश्न आणि सहावा अध्याय वाचल्याने, 'जीवन-मृत्यू' या विषयाचं रहस्य आपल्यासमोर उलगडेल.

५. कर्मबंधन म्हणजे काय, कर्मबंधन तयार कसं होतं आणि त्यातून मुक्त होण्यासाठी

काय करायला हवं, याविषयी आपल्याला आठव्या अध्यायात मार्गदर्शन प्राप्त होईल.

६. चौदाव्या अध्यायात आपण नातेसंबंधांबाबत कोणती समज प्राप्त करायला हवी, हे जाणू शकाल. जेणेकरून प्रत्येक नातं आपल्यासाठी केवळ आनंदाचं कारण ठरेल.

७. निसर्गाशी असणारा ताळमेळ बिघडताच आपल्या जीवनात समस्यांचं आगमन होतं. तेव्हा दुसऱ्या खंडातील सतराव्या अध्यायात आपण यावरील उपाय जाणू शकाल. जेणेकरून आपल्या जीवनात प्रेम, आनंद, शांती अखंड टिकून राहील.

८. 'मृत्यूनंतरच मोक्ष प्राप्त होतो', या अज्ञानातून मुक्त होण्यासाठी दुसऱ्या खंडातील बाविसावा अध्याय जरूर वाचावा. जेणेकरून तुम्ही या क्षणी देखील मुक्तीचा आनंद घेऊ शकाल.

प्रस्तावना

लाखमोलाचे 7 प्रश्न

कथा म्हणजे केवळ एक काल्पनिक किंवा अतिरंजित गोष्ट नसून तिचे अनेक पैलू असतात. कथेत काही घटना आणि प्रसंग यांव्यतिरिक्त सखोल आणि गूढ अर्थ दडलेला असतो. आपण केवळ तो गूढार्थ जाणायला हवा. प्रस्तुत पुस्तकात हातिमच्या कथेत दडलेले असेच अमूल्य पैलू आपल्यासमोर प्रस्तुत करण्याचा प्रयत्न केला आहे. जे समजून घेतल्याने आपल्यासमोर जीवनाची गूढ रहस्यं उलगडतील... जणू सार्थक, सफल जीवनाचं सार आपल्याला प्राप्त होईल. अंतिमतः तुम्हाला जाणवेल, की ही गूढ जीवनरहस्यं केवळ हातिमशी संबंधित नसून, ती तर तुमच्याच जीवनाचा अविभाज्य भाग आहेत.

'हातिमताई' हे नाव आपण कधी ना कधी ऐकलं असेल. कारण हातिमची कथा जगप्रसिद्ध आहे. ही कथा रोमांचकारी, रहस्यमय आणि चित्तथरारक घटनांनी सजली आहे. 'एक महान आणि साहसी योद्धा' अशी ओळख असणाऱ्या हातिमचं हृदय प्रेम, करुणा, परोपकार, साहस आणि निःस्वार्थ भावना यांनी काठोकाठ भरलं होतं. म्हणूनच मुनीरशाह नावाच्या व्यक्तीसाठी हातिमनं जोखीम पत्करली, अशक्यप्राय

आव्हान स्वीकारलं आणि अखेर प्राणांची शर्थ करून स्वतःचं ध्येय पूर्ण केलं. परिणामी मुनीरशाह आणि राजकुमारी हुस्नबानो यांचा विवाह संपन्न झाला. निःस्वार्थ आणि साहसी जीवनाचं मूर्तिमंत उदाहरण म्हणजे हातिम!

वास्तविक हातिम, मुनीरशाह आणि हुस्नबानो ही तिन्ही पात्रं तुमच्या अंतर्यामीच आहेत. तुम्ही प्रत्येक वेळी यांतील कोणत्या ना कोणत्या पात्राप्रमाणे वागत असता. आता तुम्ही नेमकी कोणती भूमिका बजावत आहात, हे प्रस्तुत पुस्तक वाचताना तुम्हाला नक्कीच समजेल.

हुस्नबानोने हातिमला सात प्रश्न विचारले होते, ज्यांची उत्तरं शोधण्यासाठी हातिमनं दाखवलेलं धैर्य आणि साहस अतुलनीय होतं. आता हेच साहस तुम्हाला करायचंय... तुम्हालाही काही गूढ प्रश्नांची उत्तरं शोधायची आहेत. पण हातिमप्रमाणे तुम्हाला घनदाट जंगलात, पर्वतराजींत किंवा तप्त वाळवंटात हे शोधकार्य करायचं नसून, हा शोध तुम्हाला अंतर्यामी घ्यायचाय. स्वतःच्या अंतरंगात डोकावूनच तुम्ही सात जटिल प्रश्नांची उत्तरं सहजपणे शोधू शकाल.

आंतरिक शोधकार्य पूर्ण करण्यासाठी प्रस्तुत पुस्तक तुमची नक्कीच मदत करेल. या शोधकार्यादरम्यान तुम्हाला अनेक मौल्यवान गोष्टी प्राप्त होऊ शकतात. जसं- प्रेम, आनंद, शांती, समृद्धी, स्वास्थ्य, संतुष्टी, सुदृढ-मधुर नातेसंबंध आणि सर्वाधिक महत्त्वाची गोष्ट म्हणजे 'स्वतःच्या असीम अस्तित्वाची ओळख'! ती झाल्यानंतर तुम्ही खऱ्या 'स्व'रूपाला जाणू शकाल... जीवनाचा मूळ उद्देश तुम्हाला स्पष्ट होईल. मग हा आत्मशोध तुम्हाला सर्वोच्च ध्येयप्राप्तीसाठी साहाय्यक ठरेल. 'स्व-अनुभव' प्राप्त करणं, हाच मानवी जीवनाचा सर्वोच्च उद्देश आहे. म्हणून या महत्त्वपूर्ण उद्देशपूर्तीसाठी तुम्ही प्रामाणिकपणे आणि अत्यंत सूक्ष्मतेने शोध घ्यायला हवा.

जीवनाच्या कोणत्याही क्षेत्रात यशस्वी होण्यासाठी अत्यंत महत्त्वपूर्ण असणारी पहिली पायरी म्हणजे- 'योग्य वेळी योग्य प्रकारे योग्य प्रश्न विचारणं'. प्रश्न विचारण्याच्या कलेला मुळीच कमी लेखू नका. कारण ही कला तुम्हाला अंतर्बाह्य जागृत करेल.

प्रश्न विचारल्याने तुमची विचार करण्याची पद्धत पूर्णतः बदलते. विचारांना नवीन दिशा प्राप्त होते. योग्य प्रश्न विचारण्याची कला आत्मसात केल्याने तुम्हाला केवळ समस्येचं समाधान प्राप्त होत नाही, तर मुक्तीची, मोक्षाची सर्वोच्च अवस्थाही तुम्ही प्राप्त करू शकता. आजवर ज्यांनी योग्य प्रश्न विचारले, ते मोक्षाचे धनी बनले.

तुम्ही असा शक्तिशाली प्रश्न स्वतःला विचारा, जेणेकरून तुमच्या मनातील संभ्रमाचं मळभ नाहीसं होईल आणि लख्ख सूर्यप्रकाशाप्रमाणे तुम्हाला स्पष्ट उत्तर मिळेल... जणू तुम्हाला एक नवीन मार्ग गवसेल. असे शक्तिशाली प्रश्न विचारताच तुम्हाला अंतरंगातून (स्रोताद्वारे) उत्तरं मिळतात. पण प्रश्न विचारल्यानंतर मात्र तुम्ही शांत राहायला हवं, जेणेकरून तुम्हाला स्पष्टपणे उत्तर ऐकू येईल.

प्रश्न तीन प्रकारचे असतात. 'अयोग्य प्रश्न', 'योग्य प्रश्न' आणि 'लाखमोलाचे प्रश्न'. अयोग्य प्रश्नांमुळे मनुष्याच्या मनात दुःखद भावना निर्माण होते. 'माझ्यासोबतच असं का बरं घडतं... मी इतका दुर्दैवी कसा...' यांसारखे प्रश्न 'अयोग्य' असतात. केवळ योग्य प्रश्नांमुळे आपण समस्यांतून मुक्त होतो, आपल्या जीवनात सुख-सुविधा आणि यशाचं आगमन होतं. समजा, एखादं कठीण कार्य समोर येताच मनुष्यानं 'हे काम मी मुळीच करू शकणार नाही' याऐवजी 'हे काम कसं बरं करता येईल?' असा प्रश्न विचारला, तर तो 'योग्य प्रश्न' ठरेल.

'लाखमोलाचे प्रश्न' अत्यंत मौल्यवान आणि शक्तिशाली असतात. कारण ते आपल्याला योग्य मार्ग दाखवतात. परिणामी आपण नेहमी सर्वोच्च निवड करतो. इतकंच काय, पण असे प्रश्न आपल्याला 'आत्मसाक्षात्कारा'प्रत (स्वानुभवापर्यंत) घेऊन जातात. 'सध्या मी कोण आहे... ('Who am I now') हा असाच लाखमोलाचा प्रश्न आहे, ज्यामुळे आपल्याला सदैव योग्य कर्म करण्याची प्रेरणा मिळते.

मनुष्य आपल्या कर्मानं नक्षत्रांचं स्थान आणि स्वतःचं भविष्य बदलू शकतो. इतकंच काय तर असाध्य वाटणारी गोष्टदेखील सहजपणे साध्य करू शकतो. हातिमने साहसी आणि अव्यक्तिगत जीवनाच्या माध्यमातून असंच असाध्य कार्य साध्य करून दाखवलं. अन्यथा बरेच लोक, 'नक्षत्रांमुळेच मनुष्याचं भाग्य निश्चित होतं', या चुकीच्या धारणेत अडकतात. पण विचारांच्या शक्तीने मनुष्य स्वतःची ग्रहदशादेखील बदलू शकतो. विश्वास ठेवा, तुम्हीसुद्धा हे नक्कीच करू शकता. यासाठीच हातिमच्या कथेद्वारे अशक्य वाटणारं कार्य सहजशक्य कसं करावं, साहसी जीवन कसं जगावं, हे आपण शिकायला हवं.

प्रस्तुत पुस्तकात आपल्यासाठी लाखमोलाचे सात प्रश्न देण्यात आले आहेत. जे सदैव सचेत, जागृत असतात असे यशस्वी लोक या सात प्रश्नांचा कळत-नकळत अवलंब करतात (7 Questions of highly aware people). या ७ प्रश्नांचा

तुम्हाला नेहमी अवलंब करायचाय. जेणेकरून तुम्ही आंतरिक शोध घेऊन पूर्ण मुक्तीची अवस्था प्राप्त करू शकाल.

चला तर मग, हातिमच्या कथेद्वारे सात लाखमोलाच्या प्रश्नांचा मागोवा घेऊया... जेणेकरून आपल्याही जीवनात साहसी आणि निःस्वार्थ भावना जागृत व्हावी... आपल्याही जीवनात अशक्यप्राय वाटणारी प्रत्येक गोष्ट सहजशक्य व्हावी!

...सरश्री

K
♦

खंड

१

K
♦

अध्याय १

'अंतिम हो'चा प्रवास
परोपकारी जीवनाचा आदर्श

खूप वर्षांपूर्वीची गोष्ट आहे. येमेन देशाचा राजा अतिशय दयाळू आणि परोपकारी होता. त्याच्या मनात प्रजेबाबत आस्था असल्यामुळे, तो 'प्रजाहितदक्ष' म्हणून ओळखला जायचा. राजाच्या या सद्गुणांमुळे प्रजादेखील त्याच्यावर नितांत प्रेम करायची. राजाजवळ सर्व काही होतं; पण एकाच गोष्टीचा अभाव असल्याने तो अतिशय दुःखी असायचा. ती म्हणजे, राजाला मूलबाळ नव्हतं. म्हणूनच राजा आणि त्याच्या राण्या संततीसाठी अल्लाहकडे दररोज प्रार्थना करायच्या.

सर्वांची आर्त प्रार्थना एके दिवशी पूर्ण झाली. राजाच्या सगळ्यात आवडत्या राणीनं एका बालकाला जन्म दिला. संपूर्ण राज्यात उत्साहाचं आणि आनंदाचं वातावरण पसरलं. अशाच वातावरणात त्या मुलाचं नामकरण करण्यात आलं, 'हातिम'.

एकदा रात्री बाळ हातिमची दूध पिण्याची वेळ झाली होती, परंतु त्यावेळी तो काही केल्या दूध पिण्यासाठी तयार होत नव्हता. राणीने अनेक प्रयत्न केले, पण सारे व्यर्थ! हातिम दूध पिण्यासाठी मुळीच तयार होईना. यावर उपाय शोधण्यासाठी राजानं एका सिद्ध फकीराला आमंत्रण दिलं. त्याला या मागचं कारण विचारताच फकीर

म्हणाला- ''महाराज, बालक हातिम हा विशालहृदयी असून तो अत्यंत निःस्वार्थी आणि करुणाशील स्वभावाचा आहे. तो उदार अंतःकरणाचा आहे. तो स्वतःच्या सुखाआधी इतरांच्या भल्याचा विचार करतो. आपल्या राज्यातील सर्व मुलांना जोपर्यंत दूध मिळणार नाही, तोपर्यंत हातिम मुळीच दूध पिणार नाही. महाराज, कृपया आधी राज्यातील सर्व लहान मुलांसाठी दुधाची आणि भोजनाची त्वरित व्यवस्था करा. मगच हातिम संतुष्ट होईल.''

अशा प्रकारे हातिमने बालपणापासूनच आपली उदारता, करुणा आणि निःस्वार्थी भावना यांची ओळख करून देण्यास प्रारंभ केला.

हातिम हळूहळू मोठा होत होता. काही वर्षांनी त्यानं तारुण्यात प्रवेश केला. त्याचं बदललेलं रूप खूपच आकर्षक आणि मोहक होतं. शिवाय त्याच्या अंगी असलेल्या सद्गुणांमुळे तो प्रजेमध्येदेखील लोकप्रिय झाला. हातिमचं आणखी एक वैशिष्ट्य म्हणजे त्याच्या मनात प्राण्यांबद्दल असणारी आस्था, प्रेम आणि करुणा होय. त्याला प्राण्यांची भाषासुद्धा कळायची, इतकंच काय तर हिंसक प्राणीसुद्धा पाळीव प्राण्यांप्रमाणे त्याच्याशी जवळीक साधायचे.

कोणत्याही परिस्थितीत स्वतःच्या जीवाची पर्वा न करता इतरांच्या मदतीसाठी तो नेहमीच तत्पर असायचा. त्यामुळे हातिमला इतरांची सुखदुःखं नेहमीच आपली वाटायची. जणू शौर्य, परोपकार आणि निःस्वार्थी भावना यांचं मुर्तिमंत उदाहरण म्हणजे हातिम!

मुनीरशाहचं दुःख

एकदा हातिम जंगलातून जात होता. वाटेत त्याला एका झाडाखाली एक दुःखी-कष्टी माणूस दिसला. त्यानं जीर्ण, फाटकी वस्त्रं परिधान केली होती. त्याचे डोळे अश्रूंनी भरले होते. शिवाय, त्याच्या पायात काटेही रुतले होते. असं हृदयद्रावक दृश्य पाहून हातिमला त्याची दया आली. त्याचं मन भरून आलं. त्यानं त्या मनुष्याची अत्यंत आपुलकीनं चौकशी केली.

''मी शाम देशाचा राजकुमार असून माझं नाव 'मुनीरशाह' आहे. पण हुस्नबानो नावाच्या राजकुमारीवरील प्रेमामुळे माझी ही दयनीय अवस्था झाली आहे.'' मुनीरशाहने त्याची सर्व व्यथा हातिमला सांगितली.

हुस्नबानो ही एक सौंदर्यसंपन्न आणि गुणवान राजकन्या होती. तिच्या आई-वडिलांचा मृत्यू झाल्यानंतर तिचा सांभाळ तिच्या वडिलांच्या मित्रानं केला, जो

स्वतः एक राजा होता. हुस्नबानोला एका दाईनं सांभाळलं. पण ती दाई जणू सख्ख्या आईप्रमाणेच तिचा सांभाळ करायची.

हुस्नबानोनं तारुण्यात प्रवेश करताच दाई तिच्या विवाहाविषयी चर्चा करू लागली. पण हुस्नबानो मात्र लग्नासाठी मुळीच तयार नव्हती. कारण 'माझं सौंदर्य आणि राजवैभव यांना भुलणारा, धनसंपत्तीसाठी माझ्याशी नातं जोडणारा पती मला नकोय. मला तर माझ्यावर विनाअट प्रेम करणारा, मोहातून मुक्त असणाराच जीवनसाथी हवाय', असं तिनं मनाशी पक्कं ठरवलं होतं. त्यामुळेच तिनं अविवाहित राहून गोर-गरिबांची सेवा करण्याचा आणि एका सत्कार्याला वाहून घेण्याचा निश्चय केला होता.

एके दिवशी दाईनं हुस्नबानोला एक नामी उपाय सांगितला, "आपण तुझ्याशी लग्न करू इच्छिणाऱ्या पुरुषांसमोर एक कठीण अट ठेवू. ती अट पूर्ण करणं इतकं कष्टसाध्य असेल, की तुझ्यावर खरोखरच प्रेम करणारा पुरुषच हे साहस करण्यासाठी पुढं सरसावेल. तुझ्या सौंदर्याला आणि राजवैभवाला जे भुललेले असतील, ते ही अट पूर्ण करण्याची मुळीच हिम्मत करणार नाहीत. कारण खऱ्या प्रेमातच प्रबळ इच्छाशक्ती असते. त्या इच्छाशक्तीच्या जोरावर मनुष्य कोणतंही कठीण कार्य करण्यास सिद्ध होतो."

"अशी कोणती अट आहे बरं?" हुस्नबानोनं आश्चर्यपूर्वक विचारलं.

"तुझ्याशी विवाह करू इच्छिणाऱ्या व्यक्तीला आपण सात प्रश्न विचारू. जो त्या प्रश्नांची यथायोग्य उत्तरं देईल, त्याच्याशीच तू विवाह कर. पण या प्रश्नांची उत्तरं शोधण्यासाठी खूप कठीण परीक्षा आणि अडचणींचा सामना करावा लागेल. ज्याचं तुझ्यावर विनाअट प्रेम असेल, तोच या आव्हानांचा सामना हसतमुखाने करेल," दाईमाँ म्हणाली.

हुस्नबानोला दाईमाँचा प्रस्ताव तर्कशुद्ध वाटल्याने ती यासाठी लगेच तयार झाली.

त्याचवेळी हुस्नबानोच्या सौंदर्याची आणि तिच्या राजवैभवाची थोरवी मुनीरशाहच्या कानावर पडली. त्यानं एका चित्रकार मित्राला हुस्नबानोचं हुबेहूब चित्र काढून आणण्यास सांगितलं. तो चित्रकार लाखो मैलांचा प्रवास करून हुस्नबानोकडे गेला. त्यानं हुस्नबानोला विनंती केली, "मला आपलं हुबेहूब चित्र काढायचं असून ते माझ्या कलाप्रदर्शनात सादर करायचं आहे." पण हुस्नबानोनं चित्रकाराच्या या विनंतीला त्वरित नकार दिला. कारण अपरिचित लोकांसमोर जाणं हे शाही राजकुमारींच्या परंपरेविरुद्ध होतं.

चित्रकारानं यावर एक उपाय शोधला. ''आपण राजमहालाच्या खिडकीजवळ उभं राहावं. जेणेकरून खाली ठेवण्यात आलेल्या जलपात्रात आपलं प्रतिबिंब दिसेल. मग मी त्याच प्रतिबिंबाचं चित्र काढेन. शिवाय, ते चित्र मी माझ्याजवळ न ठेवता आपल्यालाच भेटरूपात देईन. यामुळे माझ्या कलेचं प्रदर्शनही होईल आणि आपली राजपरंपरादेखील जपली जाईल.'' चित्रकार विनंतीपूर्वक म्हणाला.

हुस्नबानोनं चित्रकाराची ही विनंती मान्य केली. इतकंच काय, पण त्यानं हुबेहूब चितारलेलं चित्र पाहून ती भलतीच खुश झाली. तिनं खुल्या दिलानं चित्रकाराच्या कलेला दाद दिली. शिवाय, त्याला सन्मानासह निरोप दिला.

खरंतर चित्रकारानं हुस्नबानोकडे केवळ एकच चित्र काढण्याची परवानगी मागितली होती. पण त्यानं मोठ्या चलाखीनं हुस्नबानोची दोन चित्रं रेखाटली. मग एक चित्र हुस्नबानोला देऊन तो तिथून निघून गेला आणि त्यानं दुसरं चित्र मुनीरशाहच्या हाती सुपूर्द केलं. हुस्नबानोचं चित्र पाहताक्षणीच मुनीरशाह तिच्या प्रेमात वेडापिसा झाला. जणू तिच्या सौंदर्यानं त्याला भुरळच घातली होती. म्हणून तिला भेटण्यासाठी तो त्वरित निघाला.

हुस्नबानोपर्यंत पोहोचण्याच्या मार्गात मुनीरशाहला अनेक कठीण अडचणींना तोंड द्यावं लागलं. त्यामुळे त्याची शरीर-प्रकृती बिघडली... अंगात जराही त्राण उरलं नाही. पण तरीही त्यानं मुळीच हार मानली नाही. उलट मोठ्या जिद्दीनं स्वतःचा प्रवास सुरूच ठेवला. शेवटी तो सोनेरी क्षण त्याचा आयुष्यात आला.

तुम्ही प्रेम घेण्यावर विश्वास ठेवता, की देण्यावर?
'जे दिल्यानं वाढतं, घेतल्यानं घटतं,
जे चौकटीबाहेर फुलतं, तेच खरं प्रेम असतं.'

मुनीरशाह हुस्नबानोशी संवाद साधण्याचा प्रयत्न करत होता. पण हुस्नबानो मात्र पडद्याआडूनच मुनीरशाहशी बोलत होती.

''हे राजकुमारी, मी शाम देशाचा राजकुमार आहे. केवळ तुला भेटण्यासाठी मी हजारो मैल पायी चालत आलोय. तुझ्यापर्यंत पोहोचण्यासाठी मला अनंत अडीचणींना सामोर जावं लागलं. पण तुझ्यावर असणाऱ्या प्रेमामुळेच मला

हा खडतर प्रवास करण्याचं बळ मिळालं. माझं तुझ्यावर नितांत प्रेम असल्याने मला तुझ्याशी विवाह करण्याची इच्छा आहे. राजकुमारी, मी तुला सर्व प्रकारचं सुख देईन. अखेरच्या श्वासापर्यंत तुझ्यावर प्रेम करेन, तुझा आदर करेन. कृपया, माझ्या या विवाह-प्रस्तावाचा स्वीकार कर. अन्यथा तुझ्याच उंबरठ्यावर जीव देण्यावाचून माझ्यासमोर अन्य कोणताच पर्याय उरणार नाही.'' मुनीरशाह हृदयाच्या गाभ्यातून आर्जव करत होता.

हुस्नबानोला मुनीरशाहच्या शब्दांतील आर्जव जाणवलं. उत्तरादाखल ती विनम्रपणे म्हणाली, ''राजकुमार, आपण माझ्यावर करत असलेल्या प्रेमाविषयी माझ्या मनात कोणताच संदेह नाही. पण माझ्याशी विवाह करू इच्छिणाऱ्या पुरुषाला माझी एक अट पूर्ण करावी लागते.'' हुस्नबानो त्याला समजावत म्हणाली.

अटीविषयी ऐकल्यावर मुनीरशाहाचे डोळे चमकले. पण तरीही त्याला दुर्दम्य आत्मविश्वास होता, ''होय! हुस्नबानोसाठी मी कोणत्याही कठीण अटी पूर्ण करू शकेन.''

''मला लवकरात लवकर तुझ्या अटी सांग. मी त्या त्वरित पूर्ण करेन.'' मुनीरशाह अधीरतेनं म्हणाला.

''जो मनुष्य मी विचारलेल्या सात प्रश्नांची उत्तरं शोधून देईल, त्याच्याशीच मी लग्न करेन. तो प्रश्न म्हणजे **'एकदा पाहिलं आणि पुनःपुन्हा पाहण्याची इच्छा जागृत झाली, हे वाक्य कोणी आणि केव्हा उच्चारलं?**'' हुस्नबानोनं तिचा पहिला प्रश्न विचारला.

प्रश्न ऐकता क्षणी मुनीरशाह क्षणभर स्तंभित झाला. कारण त्याच्यासाठी हा प्रश्न अत्यंत विचित्र आणि अतार्किक होता. पण तरीही तो त्या उत्तराच्या शोधार्थ त्वरित बाहेर पडला. त्यानं जंगलात, वाळवंटात सर्वत्र शोध घेतला. पण या प्रश्नाचं उत्तर त्याला मुळीच गवसलं नाही. मग तो जंगलात एका झाडाखाली बसून हताश होऊन रडू लागला. तितक्यात हातिमची नजर त्याच्यावर पडली.

मुनीरशाहची व्यथा ऐकल्यावर हातिमचं मन करुणेनं ढवळून निघालं. त्यानं मुनीरचं सांत्वन तर केलंच. शिवाय, त्याला मदतीचं वचनही दिलं.

''तू मला हुस्नबानोच्या देशात घेऊन चल. मी तिच्या सर्व प्रश्नांची उत्तरं शोधून तुला सांगेन. मग तिच्याशी विवाह करण्याचा तुझा मार्ग मोकळा होईल.'' हातिमच्या या आश्वासनामुळे मुनीरशाहने सुटकेचा निःश्वास टाकला. अशाप्रकारे, त्या दोघांनी हुस्नबानोच्या देशात जाण्यासाठी प्रयाण केलं.

अध्याय २

हातिम कोण, तुम्ही कोण
हुस्नबानो आणि दाईमाँ यांमागील रहस्य

प्रत्येक कथेत अनेक पात्रं असतात. शिवाय, ही पात्रं अनेक गुणवैशिष्ट्यांनी भरलेली असतात. प्रत्येक पात्र म्हणजे एका विशिष्ट अवस्थेचं निदर्शक असतं. जसं, रामायणात अनेक पात्रं आढळतात. त्यांपैकी प्रभू श्रीराम हे सत्याचं प्रतीक असून कैकयी म्हणजे कपटी वृत्तीचं प्रतीक होय. महाभारत या कथेतील भीष्म पितामह म्हणजे वचनबद्धतेचं प्रतीक असून, दुर्योधन दुष्ट बुद्धीचं तर कर्ण हे दानशूर स्वभाव दर्शवणारं पात्र आहे. हरक्युलिसची भूमिका साहस आणि धैर्य यांसाठी प्रसिद्ध आहे, तर महात्मा गांधींचं स्मरण करताच अहिंसेची आठवण होते.

वास्तविक आपणही आपल्या आयुष्यात प्रत्येक वेळी एक विशिष्ट भूमिका साकारत असतो. तसं पाहिलं तर, मनुष्याच्या मनाची अवस्था क्षणाक्षणाला बदलत असते. थोडक्यात, आपण प्रत्येक वेळी एक विशिष्ट भूमिका निभावत असतो. जसं, जेव्हा आपण आपल्या शब्दांप्रति वचनबद्ध असतो, तेव्हा आपण भीष्म पितामहांच्या भूमिकेत असतो. पण जेव्हा आपल्या मनात आपल्याच नातेवाइकांविषयी मत्सर निर्माण होतो, तेव्हा आपण मात्र दुर्योधनाची भूमिका बजावत असतो. अगदी याचप्रकारे, हातिमताईच्या कथेतील तीन मुख्य पात्रांप्रमाणे आपण बऱ्याचदा वागत असतो. कधी

आपण हातिम बनतो, कधी मुनीरशाहप्रमाणे वागतो, तर कधी हुस्नबानोच्या भूमिकेत प्रवेश करतो. थोडक्यात प्रत्येक वेळी आपली मनोवस्था भिन्न असते. आता हीच बाब सविस्तर जाणून घेऊया.

मुनीरशाह - सत्यशोधकाची प्रारंभिक अवस्था

आपलं जीवन सहज, सुखी असावं, अशी प्रत्येकाचीच इच्छा असते. पण आयुष्यात असे काही प्रसंग येतात, जेव्हा मनुष्य नखशिखांत हादरून जातो. मग त्याचं मनन-चिंतन सुरू होतं, 'नेमका काय अर्थ आहे या जीवनाचा... मी पृथ्वीवर का बरं आलोय? केवळ खाणं, पिणं, कमावणं आणि एक दिवस या पृथ्वीचा निरोप घेणं, यासाठीच मी येथे आलोय की एका विशिष्ट उद्देशपूर्तीसाठी माझा जन्म झालाय?' मनुष्याच्या मनात असे लाखमोलाचे प्रश्न निर्माण होतात, ज्यांमुळे त्याच्या जीवनाची दशा बदलते... जणू त्याच्या जगण्याला नवी दिशा प्राप्त होते आणि अध्यात्माच्या मार्गावर त्याची वाटचाल सुरू होते.

पृथ्वीवर माझ्या शरीराचं लक्ष्य काय आहे?

मग 'ईश्वर नक्की कोण आहे, तो कुठे असतो, कुठे राहतो' असे प्रश्न आपल्या मनात निर्माण होतात. त्या परमपित्याविषयी आपल्या मनात प्रेमभावना निर्माण होते आणि त्यापुढे सांसारिक सुखं, मोह, भोग-विलास आपल्याला क्षुल्लक वाटू लागतात. थोडक्यात, आपला ईश्वरप्राप्तीचा प्रवास सुरू होतो आणि आपण एक 'सत्य-शोधक' बनतो.

आता हातिमताईच्या कथेकडे वळूया. प्रस्तुत कथेतील मुनीरशाह हा एक राजकुमार होता. संसारातील सर्व सुखं त्याच्या पायाशी अक्षरशः लोळण घेत होती. त्याचं आयुष्य ऐशआरामात आणि आनंदात व्यतीत होत होतं. एके दिवशी हुस्नबानोच्या सौंदर्याची आणि राजवैभवाची थोरवी मुनीरशाहच्या कानावर पडली अन् तिला भेटण्यासाठी तो कमालीचा उत्सुक झाला. मुनीरशाहची ही अवस्था म्हणजे सत्याचा शोध घेणाऱ्या

साधकाच्या प्रारंभिक अवस्थेचं जणू प्रतीकच! कारण मनुष्याला सत्याविषयी जेव्हा काही माहिती पाहायला किंवा ऐकायला मिळते तेव्हा त्याच्या मनात सत्य जाणण्याची तृष्णा तीव्र होते.

हुस्नबानो- 'सेल्फ'चं ('स्व'चं) प्रतीक

कथेतील हुस्नबानो हे पात्र म्हणजे 'सेल्फ'चं प्रतीक आहे. 'सेल्फ' म्हणजे नितांत सुंदर अशी अवस्था, जिला 'परमचैतन्य, ईश्वर, अल्लाह, ओंकार, परमात्मा' अशा विविध नावांनी संबोधलं जातं. ज्यावेळी मनुष्याच्या मनात ईश्वराला पाहण्याची तीव्र इच्छा निर्माण होते त्यावेळी तो 'सत्यशोधक' बनतो. पण ही इच्छा निर्माण होण्यासाठी त्या मनुष्याचा नातेवाईक किंवा एखादा अनोळखी मनुष्यदेखील निमित्त बनू शकतो. जसं, कथेतील चित्रकार हा मुनीरशाहचा मित्र होता. पण त्यानं चितारलेल्या चित्रामुळेच मुनीरशाहच्या मनात हुस्नबानोविषयी प्रेमभावना निर्माण झाली. अशा मनुष्याला 'सत्यमुख' असं म्हटलं जातं. ज्याच्यामुळे आपल्याला सत्याविषयी माहिती प्राप्त होते, मनात सत्यप्राप्तीची आस निर्माण होते, त्याला 'सत्यमुख' म्हणतात. थोडक्यात, प्रस्तुत कथेतील चित्रकार 'सत्यमुख'ची भूमिका साकारतोय.

हुस्नबानोच्या सौंदर्यानं मुनीरशाहला इतकी भुरळ घातली, की तो सर्व गोष्टींचा त्याग करून तिला भेटण्यासाठी बाहेर पडतो. इतकंच काय, तर तो खडतर प्रवासातील आव्हानांचा सामनाही करतो. ही अवस्था म्हणजे परमभक्तीचं द्योतक आहे. कारण जेव्हा मनुष्याच्या मनात ईश्वराविषयी अनन्य भक्ती निर्माण होते, तेव्हा तो खडतर प्रवास करण्यासाठी सिद्ध होतो. कारण आता तो 'हेड टू हार्ट' अशी यात्रा करतो. म्हणजेच तो तर्कबुद्धीपेक्षा हृदयातून प्राप्त होणाऱ्या सहज मार्गदर्शनावर अधिक विश्वास ठेवतो. कारण संसारात राहण्यासाठी आवश्यक असणाऱ्या तर्कबुद्धीची (लॉजिकची) आता त्याला मुळीच गरज भासत नाही. ईश्वरप्राप्तीसाठी तर तो संसाराची मुळीच पर्वा करत नाही. मार्गात येणाऱ्या कोणत्याही संकटांचा तो न डगमगता सामना करतो... ही परमभक्तीची अवस्था आपल्याला अनेक संतांच्या जीवनचरित्रात वाचायला, अनुभवायला मिळते. जसं, मीरा, सूरदास, चैतन्य महाप्रभू इत्यादी.

हुस्नबानोचे लाखमोलाचे सात प्रश्न

कथेमध्ये आपण हे वाचलं, की हुस्नबानो एक कठीण अट ठेवते. ती म्हणजे, तिनं विचारलेल्या सात प्रश्नांची उत्तरं शोधणारा पुरुषच तिच्याशी विवाह करू शकेल. पण हे सात प्रश्न इतके कठीण होते, ज्यांची उत्तरं शोधण्यासाठी प्रयत्नांची पराकाष्ठा

करावी लागणार होती. शिवाय, ही उत्तरं शोधणाऱ्या मनुष्याला स्वतःमध्ये सर्व क्षमता विकसित कराव्या लागणार होत्या. तसंच स्वतःला सतत प्रेरित ठेवावं लागणार होतं. आता या कथेत दडलेला एक प्रतीकात्मक अर्थ पाहूया–

मनुष्याला ईश्वरप्राप्तीसाठी स्वतःच्या सर्व क्षमतांचा विकास करावा लागतो. म्हणजेच त्याला आपली पात्रता वाढवावी लागते. शिवाय, सत्यमार्गावर वाटचाल करताना त्याला नेहमी प्रेरित राहावं लागतं. तसंच अनेक बाबींवर सूक्ष्म मनन–चिंतनही करावं लागतं.

मनुष्याचा संपूर्ण विकास व्हावा, हीच 'सेल्फ'ची म्हणजेच ईश्वराची (नियतीची, परमचैतन्याची) इच्छा असते. यासाठीच नियती मनुष्यासमोर वेळोवेळी अनेक प्रश्न निर्माण करत असते. खरंतर या प्रश्नांमुळेच जीवनाला यू टर्न मिळतो. जसं, राजकुमार सिद्धार्थाला विविध दुःखद प्रसंग पाहावे लागले आणि त्याच्या मनात लाखमोलाचे प्रश्न निर्माण झाले, 'जगात इतकं प्रचंड दुःख का बरं आहे? दुःखमुक्तीचा काही उपाय आहे का?' खरंतर असे दुःखद, हृदयद्रावक प्रसंग बऱ्याच लोकांच्या पाहण्यात येतात. पण अशी दृश्यं पाहून मनात लाखमोलाचे प्रश्न निर्माण होणारे लोक विरळाच! केवळ सिद्धार्थाच्या मनातच असे लाखमोलाचे प्रश्न जागृत झाले. मग एकेक प्रश्नाचा मागोवा घेत तो राजमहालाबाहेर पडला. पण हा प्रवास अत्यंत प्रतिकूल आणि आव्हानात्मक होता. कारण यात सिद्धार्थाला शारीरिक पीडा सहन कराव्या लागल्या. पण सातत्याने केलेली तपश्चर्या आणि ध्यानसाधना यांमुळे त्याला ज्ञानप्राप्ती झाली. मग एक वेळ त्याच्या आयुष्यात अशी आली, जेव्हा त्याच्या सर्व क्षमता विकसित झाल्या, त्याची पात्रता वृद्धिंगत झाली. परिणामी त्याला आत्मज्ञान प्राप्त झालं, सर्व प्रश्नांची उत्तरं एकदमच गवसली... तो आता राजकुमार सिद्धार्थ राहिला नव्हता, तर साक्षात 'भगवान बुद्ध' बनला होता.

जे जटिल प्रश्न सिद्धार्थाच्या मनात निर्माण झाले, तितकेच कठीण प्रश्न किशोरवयीन ज्ञानेश्वरांच्या मनात निर्माण झाले होते. कारण त्यांच्या कुटुंबाला समाजानं बहिष्कृत केलं होतं. या अन्यायाची तीव्रता इतकी होती, की त्यांच्या आई–वडिलांना या जगाचा निरोप घ्यावा लागला. ज्ञानेश्वरांच्या मनात प्रश्न निर्माण झाला, 'हा समाज इतका निष्ठुर कसा होऊ शकतो?' तेव्हा गुरुबंधू निवृत्तिनाथांनी त्यांची समजूत काढली, 'समाजाच्या निष्ठूर व्यवहाराचं एकमेव कारण म्हणजे त्याचं अज्ञान होय.' पण या उत्तरावरही ज्ञानेश्वरांच्या मनात प्रश्नांचं काहूर माजलं, 'समाजाचं अज्ञान कसं बरं दूर

करता येईल? जे आपल्याबाबत घडलं, ते भविष्यात इतर कोणाबाबत घडू नये, यासाठी नेमकं कोणतं कार्य करावं लागेल?' या लाखमोलाच्या प्रश्नांमुळे ज्ञानदेवांचं जीवन 'व्यक्तिगत' न राहता 'वैश्विक' बनलं. जणू त्यांच्या जीवनाला एक अव्यक्तिगत ध्येय मिळालं. मग याच ध्येयाचा पाठपुरावा करत त्यांनी निःस्वार्थ जीवनाची शिकवण दिली आणि समाजात ज्ञानाची, हरिभक्तीची ज्योत प्रज्वलित केली.

अंतर्बाह्य प्रश्नांचा उगम

कथेतील दाईमाँ हे पात्र एका विशिष्ट गोष्टीचं प्रतीक आहे. दाईमाँने हुस्नबानोला काही प्रश्न सुचवले. अर्थात, 'दाईमाँ' ही आपल्या आंतरिक आवाजाचं (अंतर्ध्वनीचं) प्रतीक आहे. मनुष्याच्या अंतर्यामी काही लाखमोलाचे प्रश्न निर्माण होत असतात. जसं, भगवान गौतम बुद्ध आणि संत ज्ञानेश्वर यांच्या अंतरंगातून काही प्रश्न निर्माण झाले.

कधीकधी निसर्ग विविध घटनांच्या माध्यमातून मनुष्यासमोर काही प्रश्न निर्माण करत असतो. जेणेकरून त्याच्यात जागृती यावी. वाल्मिकी ऋषींना नारदमुनींनी जो प्रश्न विचारला, त्यामुळे ते सजग झाले. तुलसीदासांना त्यांच्या पत्नीन एक लाखमोलाचा प्रश्न विचारला होता, ज्यामुळे त्यांच्या जीवनाला कलाटणी मिळाली. निद्रिस्त शिष्याला सजग करण्यासाठी, गुरू कधी घटनांच्या माध्यमातून प्रश्न उपस्थित करतात, तर कधी अंतरंगातून!

सध्या मी कोण आहे?
Who am I Now

प्रश्न अंतरंगातून येवोत अथवा बाह्य घटनांतून... प्रश्नांचा स्रोत एकच असतो. तो म्हणजे, 'सेल्फ'. मनुष्याची जीवनदशा बदलण्यासाठी आणि त्याच्या जगण्याला योग्य दिशा देण्यासाठी ईश्वरच काही लाखमोलाचे प्रश्न निर्माण करत- ो. शिवाय आपण त्यांची उत्तरं शोधा- वीत, यासाठी आपल्याला उद्युक्त करतो. योग्य उत्तरं गवसावीत, यासाठी ईश्वरच आपल्याकडून प्रार्थना करून घेतो. मग आपण ग्रहणशील बनतो आणि विश्वासासह धीर धरायला शिकतो. खरंतर आपल्यासम

ेर प्रश्न उपस्थित करणारा आणि त्यांची उत्तरं सांगणारा एकच असतो. तो म्हणजे, 'सेल्फ, ईश्वर'!

प्रश्नातच त्याचं उत्तर दडलेलं असतं

आपल्या हृदयातून जेव्हा अर्थपूर्ण प्रश्न निर्माण होतात, तेव्हा त्यांची उत्तरं अगदी सहजपणे आपल्याला मिळतात. कारण प्रश्नातच त्याचं उत्तर दडलेलं असतं. जेव्हा आपल्या मनात प्रश्न निर्माण होतो, त्याचक्षणी त्याचं उत्तर आपल्यापर्यंत पोहोचण्यासाठी स्वतःहून वाटचाल करू लागतं. पण ते आपल्यापर्यंत पोहोचण्यासाठी काही अवधी जावा लागतो. आता हा अवधी आपण संयम आणि आश्चर्यभावनेसह व्यतीत करायला हवा. कारण या अवधीतच आपल्यातील उत्साह जागृत ठेवावा लागतो. हातिमताई उत्तरांप्रति ग्रहणशील असल्याने जोपर्यंत त्याला उत्तर गवसत नव्हतं, तोपर्यंत तो कार्यप्रवृत्त असायचा. आपल्यालाही हातिमप्रमाणेच धीर बाळगायचा आहे.

प्रश्नही आपल्या अंतर्यामी आणि उत्तरंही!

वास्तविक 'प्रश्न' आणि 'उत्तर' ही सेल्फची म्हणजेच 'स्व'ची, ईश्वराची लीला आहे. कारण आपल्या मनात निर्माण होणारे प्रश्न आणि त्यांची उत्तरं, यांचा उगमस्रोत केवळ एकच आहे. तो म्हणजे, 'सेल्फ'! जे लोक 'स्व'शी (हृदयस्थानाशी) त्वरित संपर्क साधू शकतात, त्यांना प्रश्नांची उत्तरं शोधण्यासाठी इतरत्र भटकावं लागत नाही. कारण ते आपल्या 'अंतरीचा आवाज' सहजपणे ऐकू शकतात. पण ज्या मनुष्यासाठी हे शक्य नसतं, त्यासाठी 'सेल्फ' बाह्य जगातील एखाद्या माध्यमाद्वारे मार्गदर्शन करतो. एखादी व्यक्ती, एखादं दृश्य, गुरू, पुस्तक, स्वप्न अशा अनेक मार्गांद्वारे तो मनुष्यापर्यंत त्याला पडलेल्या प्रश्नांची उत्तरं पोहोचवतो.

हातिम- 'अंतिम हाँ'चं प्रतीक

कथेतील हातिम हे पात्र म्हणजे निःस्वार्थ आणि साहसी जीवनाचं प्रतीक आहे. कारण हातिम सर्वांना मदत करण्यासाठी नेहमीच तत्पर असायचा. कोणाचंही दुःख किंवा शल्य त्याला पाहवत नसे. शिवाय, संकटात अडकलेल्या मनुष्याला मदत करताना त्याच्या मनात कोणतीही शंका नसायची. 'मी करत असलेल्या या उपकारांमुळे शेवटी मीच संकटात सापडणार नाही ना? मी का बरं इतरांचा इतका विचार करतोय... हे मदतकार्य करून मला काय बरं लाभ होईल... कधीकधी यामुळे माझ्या जीवालाही धोका उत्पन्न होऊ शकतो...' अशा प्रकारची कोणतीही शंका हातिमच्या मनात येत

नसे. एखाद्या कार्यात स्वतःचा जीव गमवावा लागला, तरीदेखील हातिम त्यासाठी तयार असायचा. जणू त्याचा दिलदार स्वभाव त्याच्या नावातूनच व्यक्त व्हायचा-

'हातिम' म्हणजे जणू अंतिम होकाराचंच प्रतीक! अर्थातच, हातिम आपल्या अंतर्यामी असणाऱ्या सेल्फला, परमचैतन्याला नेहमी होकारात्मक प्रतिसाद द्यायचा. म्हणजेच सेल्फसाठी त्याच्या मनात अंतिम उत्तर एकच होतं आणि ते म्हणजे 'हो'!

'होकारात्मकता (हातिम)' ही एक विलक्षण अवस्था आहे... या अवस्थेत स्थापित होणारा मनुष्य हृदयात निवास करणाऱ्या परमचैतन्याला (स्रोताला) कधीच नकारात्मक प्रतिसाद देत नाही. असा मनुष्य स्वतःच्या जीवनमूल्यांशी, आदर्शांशी मुळीच तडजोड करत नाही, मग मार्गात कितीही संकटं आली तरी बेहत्तर! जेव्हा मनुष्य प्रत्येक परिस्थितीत अंतर्यामीच्या स्रोताला 'हो' म्हणतो, सकारात्मक प्रतिसाद देतो, तेव्हा तो जणू 'हातिम'च्या भूमिकेत असतो.

एकदा सिद्धार्थ गौतम कुठेतरी जात असताना त्यांना एका धक्कादायक घटनेचा सामना करावा लागला. राज्यात सुखसमृद्धी यावी, या उद्देशाने काही सैनिक एका मूक प्राण्याचा बळी द्यायला निघाले होते. हे पाहताच सिद्धार्थ गौतम यांनी सैनिकांना विनंती केली, की त्यांनी कृपया त्या मूक प्राण्याला सोडून द्यावं. खरंतर त्यावेळी सिद्धार्थ गौतम यांना आत्मसाक्षात्कार झाला नव्हता. पण तरीही त्यांची आंतरिक अवस्था 'हातिम' प्रमाणेच होती. अर्थातच, ते आपल्या जीवनमूल्यांचं पालन करण्यासाठी नेहमीच होकारात्मक प्रतिसाद द्यायचे. 'कोणत्याही प्राणिमात्राचं दुःख दूर करण्याकरता प्रसंगी स्वतःच्या आयुष्याचं बलिदान द्यावं लागलं तरी चालेल', हा सिद्धार्थचा जीवनसिद्धान्त होता. सैनिकांनी जेव्हा सिद्धार्थची विनंती नाकारली, तेव्हा ते म्हणाले, "एका जीवाची हत्या करून जर तुमच्या राज्यात सुखसमृद्धी नांदणार असेल, तर माझीच हत्या करा."

यालाच म्हणतात, 'सेल्फसाठी अंतिमतः होकारात्मक प्रतिसाद देणं'. या अवस्थेत असणारा मनुष्य सर्वांत मोठ्या भीतीवर म्हणजेच मृत्यूवरही विजय प्राप्त करतो. संत मीरानेदेखील याच अवस्थेत विषाचा प्याला ओठी लावला, पण भक्तिमार्गावरून ती यत्किंचितही ढळली नाही.

हातिम- 'हो-नाही'च्या पलीकडील अवस्था

सत्यशोधक जोपर्यंत हातिमची अवस्था प्राप्त करू शकत नाही, तोपर्यंत त्याच्या जीवनात 'कधी हो- कधी नाही' हा खेळ सुरू असतो. दृढता नसल्याने तो मार्गातील

आमिषांना बळी पडतो. खरंतर त्याला सेल्फप्रति सकारात्मक प्रतिसादच द्यायचा असतो, पण त्यासाठी मोह त्याला परावृत्त करतो. समजा, एका सत्यशोधकाच्या मनात सत्याप्रति अपार भक्ती जागृत झालेली असते. एके दिवशी त्याच्या मनात ध्यान करण्याची प्रबळ इच्छा जागृत होते. पण त्याचवेळी टिव्हीवर क्रिकेटचा अंतिम सामना रंगलेला असतो. आता अशा वेळी त्याचं मन ध्यानासाठी कधी 'हो' म्हणतं, तर कधी क्रिकेटचा सामना पाहण्यासाठी होकारात्मक प्रतिसाद देतं! समजा, त्याचवेळी गुरूंनी जर ध्यानासाठी बोलावलं असेल, तर त्यावेळी त्याची मनःस्थिती दोलायमान होते. 'हो-नाही'च्या झोपाळ्यावर त्याचं मन झुलू लागतं.

एखादं काम पूर्ण होताना मार्गात अनेक अडचणी येतात. पण तेच काम केवळ लाच दिल्याने चुटकीसरशी पूर्ण होणार असतं. आता अशा वेळी देखील मनुष्याच्या मनात संभ्रम निर्माण होतो. 'सकाळी लवकर उठून ध्यान करूया' असा शुभविचार साधकाच्या मनात येतो; पण घड्याळाचा गजर वाजताच 'बाहेर किती थंडी आहे ना! आणखी थोडा वेळ झोपूया...' अशी बहाणेबाजी मन करू लागतं. 'इतरांना खुल्या दिलानं क्षमा कर आणि पुढील वाटचालीकडे लक्ष दे', अशी गुरूंनी आज्ञा दिलेली असते. पण मन मात्र भूतकाळातच रमतं. शिवाय, संधी मिळताच नातेवाइकांशी वाद-विवाद करू लागतं. म्हणजेच मनुष्याच्या जीवनात 'हो-नाही'चा खेळ पदोपदी सुरू असतो.

समजा, एखादा मनुष्य तुम्हाला भ्रष्टाचार करण्यासाठी प्रवृत्त करतोय. मोबदल्यात तुम्हाला भरपूर पैसा मिळेल, असं आमिषही दाखवतोय. पण अशा वेळी जर तुम्ही त्याला 'नाही' म्हणालात, तर याचाच अर्थ तुम्ही सेल्फला, ईश्वराला 'हो' म्हणत आहात. कारण तुम्ही देत असलेल्या प्रतिसादामुळे सेल्फ संतुष्ट होणार आहे. लक्षात घ्या, तुम्ही योग्य प्रतिसाद द्यावा, यासाठी सेल्फ तुम्हाला नेहमीच मार्गदर्शन करत असतो... कधी तुमचा 'आंतरिक आवाज (इन्ट्युशन)' बनून, तर कधी गुरूंच्या माध्यमातून! जणू सेल्फ तुम्हाला सांगत असतो, *'तुला क्षणिक लाभासाठी मोहाला बळी पडण्याची मुळीच गरज नाही. अरे! नियतीनं तर सर्वांसाठी सर्वकाही मुबलक प्रमाणात निर्माण केलंय. पण अज्ञानवश तू मोहाला बळी पडून चुकीची कामं का करतोस? थोडक्यात, तू मोहाला 'हो' म्हणतोस आणि त्यामुळेच मला नाकारतोस! अशा वेळी मी तुझ्या मनात नकारात्मक भावनांची निर्मिती करतो. जेणेकरून तू वेळीच सजग व्हावंस.'*

खरंतर चूक करणाऱ्या मनुष्याला त्याचं मन आतून पोखरत असतं. त्याला त्याचा

'स्व' (सेल्फ) या टोचणीच्या माध्यमातून सजग करण्याचा प्रयत्न करत असतो. पण मनुष्याची तर्कबुद्धी विविध कारणं देऊन सजगतेची जाणीव नाहीशी करते. जीजसने त्यांच्या शिष्यांना सांगितलं होतं, ''तुम्ही स्वतःला दीन आणि दरिद्री का समजता? तुम च्या अंतर्यामी तर 'किंगडम ऑफ गॉड' म्हणजेच 'प्रभूचं राज्य' आहे. तरीही तुम्ही दुः खी-कष्टी का बरं होता? नियतीनं तुम्हा सर्वांसाठी सगळं काही मुबलक प्रमाणात निर्माण केलंय. त्यामुळेच तुम्ही कमतरतेच्या भावनेतून मुक्त होऊन योग्य तोच निर्णय घ्या.''

जो हातिम बनू इच्छितो, त्यानं 'जास्तीत जास्त वाईट काय बरं घडेल?' ही मानसिक तयारी आधीच केलेली असते. कारण अशा मनुष्याला एक अदृश्य नियम ज्ञात असतो. तो म्हणजे, 'कठीण समस्यांतून आणि आव्हानांमधून तरल्यावरच माझा सर्वोच्च विकास होणार आहे. शिवाय प्रतिकूल परिस्थितीतही 'हातिम'च्या होकारात्मक अवस्थेत टिकून राहिल्याने आत्मसाक्षात्काराची, मोक्षाची सर्वोच्च अवस्था माझ्या जीवनात प्रवेश करेल.'

हातिम म्हणजे 'बोधिसत्त्व' अवस्था

हातिमचं जीवन म्हणजे जणू 'बोधिसत्त्व' अवस्थेचं प्रतीक होय. बोधिसत्त्व म्हणजे अंतिम आणि सर्वोच्च अवस्थेपूर्वीची अवस्था... आत्मसाक्षात्काराआधीची अवस्था, ज्यात मनुष्य सर्व प्राणिमात्रांशी करुणायुक्त व्यवहार करतो.

बोधिसत्त्व अवस्थेत मनुष्य हृदयाच्या गाभ्यातून प्रार्थना करतो, 'मला आत्मसाक्षात्कार प्राप्त व्हावा, आत्मज्ञान मिळावं. जेणेकरून मी इतरांचा उद्धार करू शकेन, या विश्वाला दुःखातून मुक्त करू शकेन.' अन्यथा मनुष्य केवळ स्वतः दुःखातून मुक्त होण्यासाठी ज्ञान प्राप्त करू इच्छितो. महावीर आणि सिद्धार्थ यांनी याच बोधिसत्त्व अवस्थेतून सत्याचा शोध सुरू केला. खरंतर ते दोघंही राजकुमार होते. सर्व प्रकारच्या सुख-सुविधा त्यांच्या पायाशी जणू लोळणच घेत होत्या. हातिमसुद्धा बोधिसत्त्व अवस्थेत होता. त्यामुळेच त्याला इतरांचं दुःख आपलं वाटायचं.

बोधिसत्त्व अवस्थेतील मनुष्यासाठी 'हे विश्वची माझे घर' ही पंक्ती सार्थ ठरते. कारण 'मी-माझं-मला' या संकुचित वृत्तीत न अडकता, तो सर्वांचा विचार करून योग्य तीच कृती करतो. खरंतर बोधिसत्त्व अवस्थाच मनुष्याला बुद्धत्वाकडे (आत्मसाक्षात्काराप्रत) घेऊन जाते.

'हातिम', 'अंतिम हो' किंवा 'बोधिसत्त्व...' या सर्व एकच गोष्टी आहेत. हातिम

केवळ निःस्वार्थ भावनेसह जगत होता, हेच आपल्याला या कथेत जाणवतं. हातिम वाटेत भेटणाऱ्या प्रत्येकाशी करुणायुक्त व्यवहार करत होता... जणू नियती त्याला प्रशिक्षण देत होती. बोधिसत्त्व अवस्थेत असताना तो लाखमोलाच्या सात प्रश्नांची उत्तरं शोधण्यासाठी बाहेर पडला होता. अर्थातच हे प्रश्न हुस्नबानोशी म्हणजेच सेल्फशी (ईश्वराशी) निगडित होते. या अवस्थेत तो दहा वर्षे, सात महिने आणि नऊ दिवस राहिला. आता हातिमने हुस्नबानोच्या सात लाखमोलाच्या प्रश्नांची उत्तरं कशी शोधली, हे पुढील अध्यायांत जाणून घेऊया.

पण लक्षात घ्या, तुम्हाला आजपासूनच अभ्यास, साधना करावी लागेल. उद्यापासून तुमचं जीवन निःस्वार्थी होणार असेल, तर अभ्यासाकरिता तुम्ही आजपासूनच निःस्वार्थी बनायला हवं. सदैव होकारात्मक अवस्थेत राहून हातिम बना. जेव्हा संधी मिळेल तेव्हा निःस्वार्थ प्रेम, करुणा आणि समृद्धी या गुणांचा आनंद लुटा. जेणेकरून आपल्या जीवनात 'आत्मसाक्षात्कारा'ची पुढील पायरी लवकरच यावी.

अध्याय ३

तो कोण आहे, ज्याला वारंवार बघण्याची इच्छा होते

पहिला प्रश्न

मुनीरशाह हातिमला घेऊन हुस्नबानोच्या देशात गेला. त्यानं हातिमला हुस्नबानोपर्यंत पोहोचण्याचा मार्ग दाखवला. शिवाय, त्याला शुभेच्छाही दिल्या. मग हातिमनेही मुनीरशाहला 'मी हुस्नबानोशी तुझा विवाह लावून देण्याचं पुनःश्च वचन देतो' असं आश्वस्त करत त्याला निरोप दिला.

हुस्नबानोच्या महालात पोहोचताच हातिमने तिला भेटण्याची परवानगी मागितली. हुस्नबानो पडद्याआडूनच हातिमला भेटली.

"हे राजकुमारी, तू विवाहासाठी ज्या अटी ठेवल्या आहेस, त्या जाणून घेण्यासाठी मी उत्सुक आहे. तू विचारलेल्या सर्व प्रश्नांची उत्तरं मी शोधेन. पण मला एक वचन दे. तू जर माझ्या उत्तरांमुळे संतुष्ट झालीस, तर मी सांगेन त्या पुरुषाशीच तुला विवाह करावा लागेल," हातिमने हुस्नबानोला विनंती केली.

हातिमची विनवणी ऐकून हुस्नबानोच्या चेहऱ्यावर हास्य पसरलं. ती म्हणाली, "तुझा आत्मविश्वास पाहून मला खरंतर खूप आनंद झाला. जर तू माझ्या सर्व प्रश्नांची अचूक उत्तरं दिलीस, तर तू सांगशील त्या पुरुषाशी विवाह करण्याचं मी तुला वचन देते."

“एकदा पाहिलंय आणि त्याला वारंवार बघण्याची इच्छा आहे’, असं कोण आणि कधी म्हणालं? जेव्हा तू या प्रश्नाचं अचूक उत्तर शोधशील, तेव्हाच मी तुला दुसरा प्रश्न सांगेन.” हुस्नबानोने हातिमला पहिला प्रश्न विचारला.

हुस्नबानोचा पहिला प्रश्न ऐकून हातिम उत्तर शोधण्यासाठी निघाला. तो कित्येक दिवस जंगलात वणवण भटकत होता. पण तरीही त्याची दृढता आणि धाडसी वृत्ती मुळीच कमी झाली नाही. कारण यामागे त्याची निःस्वार्थ भावना होती. इतकंच काय, तर ‘निसर्ग मला निश्चितच योग्य मार्ग दाखवेल’ यावर त्याचा दृढ विश्वास होता.

या प्रवासात मजल-दरमजल करत असताना एके दिवशी एक घटना घडली. एक लांडगा हरणाची शिकार करत असल्याचं पाहून हातिमला हरणाची दया आली. मग त्यानं स्वतःहून त्या हरणाला वाचवलं. यावर नाराज झालेला लांडगा हातिमला म्हणाला, “तू हरणाचं संरक्षण तर केलंस, पण माझ्यावर मात्र अन्याय केलास. मी खूप दिवसांपासून उपाशी आहे आणि तू तर माझं अन्नच हिरावून घेतलंस!” परोपकारी हातिमला भुकेल्या लांडग्याची दया आली आणि त्यानं स्वतःच्या शरीरावरील मांस काढून त्याला खाण्यासाठी दिलं.

“हातिम, मी तुझ्यासारखा करुणामय, परोपकारी आणि धाडसी मनुष्य आजवर पाहिला नाही. तू तर इतरांच्या भल्यासाठी स्वतः दुःख सहन करतोस आणि तेदेखील हसतमुखानं! तू या घनदाट अरण्यात नेमकं काय शोधत आहेस, हे कृपया मला सांग. जेणेकरून मी तुला मदत करू शकेन.” सहृदयतेनं लांडगा म्हणाला.

“एकदा पाहिलंय आणि त्याला वारंवार बघण्याची इच्छा आहे, असं कोण आणि कधी म्हणालं? या प्रश्नाचं उत्तर मला हवंय”, हातिमनं लांडग्याला हुस्नबानोने विचारलेला प्रश्न सांगितला.

“दस्ते-हवैदा या ठिकाणी तुला या प्रश्नाचं उत्तर मिळेल. मी तुला तिथे पोहोचण्याचा एक मार्ग सांगतो. खरंतर तो मार्ग अत्यंत कठीण आहे. पण तुझ्यासारख्या साहसी पुरुषासाठी कोणतीच बाब अशक्य नाही, याची मला पूर्ण कल्पना आहे. हातिम, माझ्या शुभेच्छा सदैव तुझ्यासोबत आहेत.” अशा प्रकारे, लांडग्याकडून हातिमला अत्यंत महत्त्वाची माहिती समजली. तो लांडग्याचे आभार मानून त्याने सांगितलेल्या मार्गाने पुढे निघाला.

दस्ते-हवैदाच्या मार्गात हातिमला अनेक संकटांचा सामना करावा लागला. तेथे

जात असताना त्याला मार्गात असे अनेक प्राणी भेटले, ज्यांनी हातिमची खूप मदत केली. कारण हातिम सर्व प्राण्यांवर नेहमी दया दाखवायचा. परिणामी, नियतीसुद्धा त्याला सहकार्य करत होती.

जंगलातील एका चौकात आल्यावर हातिमला पुढचा मार्ग सापडत नव्हता. तेवढ्यात दोन अस्वलांनी त्याच्यावर हल्ला करत त्याला अस्वलांच्या राजाकडे नेलं. अस्वल (अस्वलांचा राजा) हातिमला आधीपासूनच ओळखत होता. हातिमनं त्याच्या मुलीशी विवाह करावा, अशी त्यानं इच्छा व्यक्त केली. पण मनुष्याचा अस्वलिणीशी विवाह कदापि शक्य नाही, असं सांगत हातिमनं त्याला नकार दिला.

यावर क्रोधित झालेल्या अस्वल राजाने हातिमला काळोख असलेल्या खोल खड्ड्यात ढकलून दिलं. पण काय आश्चर्य! हातिमला त्या खड्ड्यात चक्क एका देवदूतानं दर्शन दिलं आणि सांगितलं, "तू अस्वलाच्या राजकुमारीशी विवाह कर. कारण यातच तुझं भलं आहे. तिच्यामुळे तू भविष्यात तुझ्यावर होऊ शकणाऱ्या प्राणघातक हल्ल्यांतून बचावशील. या प्रस्तावाचा तू नक्की स्वीकार कर." ही देववाणी ऐकून हातिम अस्वलीण राजकुमारीशी विवाह करण्यासाठी तयार झाला. मग त्या दोघांचा विवाह मोठ्या धूम धडाक्यात पार पडला.

काही दिवस अस्वलांच्या राज्यात राहिल्यानंतर, हातिमनं त्याच्या पत्नीकडे एक विनंती केली, "मला माझा मित्र मुनीरशाह याच्या मदतीसाठी दस्त-हवैदाच्या शोधार्थ जायचं आहे. तेव्हा कृपया मला परवानगी दे." अस्वलीण पत्नीनेदेखील त्याला आनंदाने परवानगी दिली. त्याचवेळी त्याच्या हातात एक जादूई मणी देत ती म्हणाली, "स्वामी, हा मणी तुमच्यासोबत कायम ठेवा. कारण हा प्रत्येक संकटात तुमचे रक्षण करेल." हातिमनेही तो मणी स्वतःसोबत ठेवला. सर्वांचा निरोप घेत तो पुढील प्रवासासाठी निघाला.

वाटेत हातिमला एका वृद्ध मनुष्याचं घर दिसलं. त्यानं थकलेल्या, तहानलेल्या हातिमच्या जेवणाची आणि आरामाची व्यवस्था केली. वृद्ध माणसानं विचारपूस करताच हातिमनं त्याला सर्व हकिकत सांगितली. "तू खरोखरच खूप धाडसी आहेस. कारण अनेक संकटांचा सामना करत तू इथवर पोहोचलास. पण लक्षात ठेव, दस्त-हवैदाला जाणं म्हणजे जणू मृत्यूच्या मगरमिठीत जाण्यासारखंच आहे. कारण आजवर तिथे गेलेला एकही मनुष्य जिवंत परतला नाही आणि जे दोन-चार लोक परतले, त्यांना तर वेडाचा झटकाच आला." वृद्ध मनुष्याचं बोलणं हातिम अत्यंत लक्षपूर्वक ऐकत होता.

त्यानंतर त्या वृद्ध मनुष्यानं हातिमला एका रहस्यमय तळ्याबद्दल सांगितलं, "त्या तळ्यात जलपऱ्यांचं राज्य आहे. त्या तुला ओढून तळ्याच्या आत घेऊन जातील. तिथे तुला आणखी काही पऱ्या भेटतील. त्यातील सर्वांत सुंदर जलपरी म्हणजे तिथली राणी असेल. तू जर तिचा हात पकडलास, तर थेट दस्त-हवैदाला पोहोचशील आणि तुझ्या प्रश्नाचं उत्तरही तुला मिळेल. पण यात एक मोठी जोखीम आहे. जलराणीचा हात पकडलास तर तुला कदाचित वेडही लागू शकेल. शिवाय, तू तिथून परतशील की नाही, याची देखील मुळीच शाश्वती नाही."

वृद्ध माणसाचं बोलणं ऐकून हातिम थोडाही डगमगला नाही. कारण तो मुनीरशाहशी वचनबद्ध होता. कोणत्याही परिस्थितीत त्याला हुस्नबानोने विचारलेल्या प्रश्नांची उत्तरं शोधायचीच होती. अखेर तो तलावाकडे गेला. तिथे हातिमला अनेक सुंदर जलपऱ्या दिसल्या, ज्या त्याला तळ्यात घेऊन गेल्या आणि थोड्याच वेळात हातिम जलपऱ्यांच्या राणीसमोर पोहोचला. राणीला पाहताक्षणी हातिमनं तिचा हात पकडला आणि तत्क्षणी त्याला भोवळ आली. जेव्हा त्याने डोळे उघडले तेव्हा तो एका घनदाट जंगलात होता. इतक्यात त्याला दुरून येणारा आवाज ऐकू आला. तो त्या आवाजाच्या दिशेने चालू लागला. पण कानावर सातत्यानं पडणारा आवाज ऐकून तो काही वेळातच हैराण झाला. कारण तो आवाज सांगत होता, **'एकदा पाहिलंय आणि त्याला वारंवार बघण्याची इच्छा आहे.'**

हे तेच आहे का,
ज्याची मला गरज आहे?

आवाजाच्या दिशेने जाताच त्याला एक फाटक्या कपड्यातील वेडा मनुष्य दिसला, जो हे वाक्य पुनःपुन्हा म्हणत होता, 'एकदा पाहिलंय आणि त्याला वारंवार बघण्याची इच्छा आहे.' तो वेडा या रहस्यमयी तळ्यातील अद्‌भुत स्वर्ग आणि जलराणीचं असीम सौंदर्य विसरू शकत नव्हता. त्याला ते सौंदर्य न्याहाळायचं होतं.

हातिमला त्या वेड्या मनुष्याची खूप दया आली. त्याला समजावत हातिम म्हणाला, ''मी तुला जलपरीच्या राणीकडे पुन्हा घेऊन जाईन. पण यावेळी मात्र तू तिचा हात पकडू नकोस. अन्यथा तू वेडा होशील. मग इथं बसून राहण्याखेरीज अन्य पर्याय तुझ्यासमोर नसेल. पण त्यावेळी जर तू जलराणीचा हात पकडला नाहीस, तर या रहस्यमय तळ्यातून सुखरूप बाहेर येशील.''

अशा प्रकारे, हातिमने त्या वेड्याची मदत केली. हुस्नबानोने विचारलेल्या पहिल्या प्रश्नाचं उत्तर प्राप्त झाल्याने दुसरा प्रश्न विचारण्यास तो सज्ज निघाला.

अध्याय ४

अदृश्याचा शोध

पहिल्या प्रश्नाचं उत्तर

मागील अध्यायात आपण एक महत्त्वाचा पैलू पाहिला. तो म्हणजे, हातिमला जेव्हा मदतीची, सहकार्याची गरज भासायची, तेव्हा ती मदत त्याला कोणत्याही प्रकारे प्राप्त व्हायची. येथे नियतीचा अत्यंत महत्त्वाचा नियम आपण लक्षात घेतला पाहिजे- 'ज्या गोष्टींसाठी तुम्ही निमित्त बनता, ती तुमच्या आयुष्यात अनेक पटींनी वृद्धिंगत होते.'

कथा वाचनीय आणि रोचक होण्यासाठी त्यातील घटनांचं रोमांचकारी वर्णन करण्यात येतं. जसं, जंगलात रस्ता हरवल्यावर हातिम संभ्रमित झाला. तेव्हा त्याला एका लांडग्यानं मार्ग सांगितल्यामुळे तो दस्ते-हवैदापर्यंत पोहोचू शकला. आता काही वाचकांना वाटेल, की अशी घटना कथा-कादंबऱ्यांपुरतीच मर्यादित असते. पण असं समजायचं मुळीच कारण नाही. कारण नियती कोणत्या ना कोणत्या प्रकारे तुम्हाला साहाय्य करण्यासाठी नेहमीच आतुर असते.

हातिम म्हणजे गुरूंचं प्रतीकात्मक रूप

प्रस्तुत कथेत हातिम म्हणजे गुरूंचं एक प्रतीकात्मक रूप आहे. सत्यशोधकाला सत्याप्रत पोहोचवण्याचं कार्य गुरू करत असतात. गुरू म्हणजे साक्षात 'सत्यशोधक'

आणि 'सत्य, परमचैतन्य' या दोन्ही बाबींना एकत्र जोडणारा दुवा होय. कथेत हुस्नबानो हे सत्याचं, तर मुनीरशाह हे सत्यशोधकाचं प्रतीक आहे. हातिम म्हणजे जणू 'हुस्नबानो –मुनीरशाह' यांचं मीलन घडवणारा दुवा! खरंतर सत्यशोधकानं आपल्या अंतर्यामी असणाऱ्या 'गुरू'प्रत पोहोचावं यासाठीच बाह्य जगात गुरूचं आगमन होतं. 'सेल्फ' आणि 'सत्यशोधक' यांचं मीलन घडवण्यात गुरूची भूमिका अत्यंत महत्त्वपूर्ण असते. ज्याप्रमाणे मुनीरशाहसाठी सात प्रश्नांची उत्तरं शोधण्याचा हातिम प्रयत्न करत होता, अगदी त्याचप्रमाणे गुरूदेखील अत्यंत कठीण वाटणाऱ्या आध्यात्मिक प्रश्नांची उत्तरं शिष्यांसमोर प्रस्तुत करतात. अर्थातच, यासाठी गुरूंना तपश्चर्या, साधना करावी लागते. गुरूंच्या साधनेचं फळ म्हणून सत्यशोधकाला अत्यंत कठीण प्रश्नांची उत्तरं ही अतिशय सोप्या भाषेत प्राप्त होतात.

सत्यशोधकाच्या जिज्ञासेचं समाधान करण्यासाठी गुरुजी त्याला अत्यंत सोप्या भाषेत तार्किक उत्तरं देतात. जेणेकरून शिष्याची आध्यात्मिक यात्रा सहजपणे पार पडावी. अध्यात्माच्या नावाखाली शिष्य कोणत्याही सिद्धी, चमत्कार, कर्मकांड यांसारख्या चुकीच्या गोष्टींना बळी पडू नये. शिवाय शिष्याला लवकरात लवकर 'स्व'अनुभव प्राप्त व्हावा, तो 'सेल्फ'शी एकरूप व्हावा, ही गुरूंची मनापासून इच्छा असते.

जलपरीराणी (माया)चे सत्य

कथेत असं वर्णन करण्यात आलंय, की हातिमने आणि आणखी एका मनुष्यानेदेखील जलपरीराणीचा हात पकडला होता. पण या एकाच कृतीचे दोन व्यक्तींसोबत झालेले परिणाम मात्र परस्परविरुद्ध होते. कारण मनुष्याला मिळणारं फळ हे केवळ बाह्य कृतीवर अवलंबून नसतं. एखादी कृती करताना त्यामागील भावनाच सर्वाधिक महत्त्वाची असते.

ज्या मनुष्यानं जलपरीराणीचा हात पकडला, त्याला वेडाचा झटका आला. पण हातिमवर मात्र या कृतीचा कोणताही विपरीत परिणाम झाला नाही. कारण त्या मनुष्यानं जलपरीराणीचं बाह्य सौंदर्य पाहून, तिच्या मोहक रूपाला भाळून तिचा हात पकडला होता. याउलट हातिमने मात्र अत्यंत निःस्वार्थ भावनेपोटी ही कृती केली होती. या कार्यामागे त्याचा कोणताही वैयक्तिक स्वार्थ नव्हता.

कथेतील जलपरींची सौंदर्यवती राणी म्हणजे मोहमायेचं प्रतीक होय... खरंतर मोहमायेनं या विश्वातील प्रत्येक कानाकोपरा व्यापून टाकलाय. शारीरिक मोह, सौंदर्य, सुखसुविधांचा हव्यास, वासना, नाव, पैशाची हाव, पद, प्रतिष्ठेचं आमिष, अहंकार...

ही सर्व मोहमायेचीच निरनिराळी रूपं आहेत. आज विश्वातील बहुतांश लोक याच क्षणिक गोष्टींमागे सुसाट धावताहेत. ज्याप्रमाणे कथेतील त्या मनुष्याला वेडाचा झटका आला, तशीच अवस्था बहुसंख्य लोकांची झाली आहे. त्यामुळेच ते स्वतःच्या मूळ अस्तित्वाला विसरले आहेत.

खरंच! मोहमायेला बळी पडल्यानेच मनुष्य वेड्याप्रमाणे धावतोय. एखाद्या मोबाइल किंवा आय-फोनची जाहिरात पाहताच त्याला अक्षरशः झपाटल्यासारखं होतं. जळी-स्थळी-काष्ठी-पाषाणी त्याला तोच आय-फोन दिसू लागतो. मग ती गोष्ट प्राप्त करण्यासाठी त्याच्या मनात विचारांचं काहूर माजतं. एकदा पाहिलेली गोष्ट त्याला पुनःपुन्हा पाहावीशी वाटते. एकदा प्रमोशन झालं तरी त्याचं समाधान होत नाही... मग त्याचं मन 'पुढील वर्षी पुन्हा माझं प्रमोशन होईल ना!' या आसक्तीतच मन अडकतं. एक घर विकत घेताच त्याला आलिशान बंगला बांधावासा वाटतो. अशाप्रकारे जोपर्यंत मनुष्याला ज्ञान प्राप्त होत नाही, तोपर्यंत मोहमायेचं हे दुष्ट चक्र अखंड सुरू राहतं.

अव्यक्तिगत लक्ष्य आणि निःस्वार्थ जीवनाची शक्ती

या विश्वात एक अशी शक्ती आहे, जी तुमचा मोहमायेपासून बचाव करू शकते. ती म्हणजे,'निःस्वार्थ जीवनाची शक्ती'. तुमच्या जीवनात जर इतरांच्या कल्याणाचं ध्येय असेल, तुम्ही निःस्वार्थ जीवन जगण्यासाठी तयार असाल, तर मोहमाया तुम्हाला मुळीच भरकटवू शकणार नाही. हातिमसारखे लोक मोहमायेचा हात पकडतात, पण त्यांचा यामागील उद्देश केवळ अव्यक्तिगत असतो. मोहमाया जर साप वाटत असेल तर तिलाच शिडी बनवून (निमित्त बनवून) ते आपलं आयुष्य सफल बनवतात. म्हणूनच अशा लोकांना मोहमाया मुळीच भुरळ घालू शकत नाही.

यासाठीच हातिमने त्या वेड्या माणसाकरिता गुरूची भूमिका निभावली. त्याला समजलं, जगात असं जगायचं, की मायेचा उपयोग तर करायचा पण तिच्याशी आसक्त अजिबात व्हायचं नाही. मायेचा उपयोग जर तुम्ही निःस्वार्थी मनाने केला तर ती तुम्हाला वेडं बनवूच शकत नाही.

म्हणून त्या वेड्या मनुष्यासाठी हातिमनं गुरूची भूमिका बजावली. त्यामुळेच त्याला जीवनातील एक सत्य उमगलं- 'मोहमायेशी आसक्त न होता, केवळ सत्यप्राप्तीसाठी तिची मदत घ्यायची. म्हणजेच मनुष्यानं जर मायेचा उपयोग निःस्वार्थी मनानं केला, तर ती त्याला मुळीच आपल्या मोहपाशात जखडून ठेवणार नाही.'

निःस्वार्थ जीवन जगण्याची कला

सर्वसामान्य मनुष्य विचार करतो, की निःस्वार्थी जीवन जगणं हे काही मोजक्या लोकांचंच काम आहे. जे सांसारिक कर्तव्यांतून मुक्त असतात, ज्यांच्यावर कोणतीही महत्त्वाची जबाबदारी नसते, केवळ असेच लोक अव्यक्तिगत ध्येय पूर्ण करू शकतात. कारण निःस्वार्थी जीवन जगायचं असेल तर नोकरी-व्यवसाय, कर्तव्यं, घरदार, मुलंबाळं यांची जबाबदारी कशी बरं टाळता येईल? मनुष्य आपल्या जबाबदाऱ्या टाळून निःस्वार्थी जीवन कसं बरं जगू शकेल?

पण हा निव्वळ भ्रम आहे. होय! निःस्वार्थी जीवन जगणं मुळीच अशक्य नाही. सर्व सांसारिक जबाबदाऱ्या, कौटुंबिक कर्तव्यं पार पाडत तुम्ही निःस्वार्थी जीवन निश्चितच जगू शकता. शिवाय, स्वतःचाही उत्कर्ष करू शकता. पण यासाठी तुम्ही हातिमप्रमाणे अनासक्त, निःस्वार्थ भावनेसह जगायला हवं. तुमच्या विचारात इतकी दृढता आणि स्पष्टता यायला हवी, की तुमच्या प्रत्येक कृतीमागे निःस्वार्थी भावना असायला हवी. 'मी जे काही करतोय, ते इतरांच्या भल्यासाठीच', ही भावना तुमच्या मनात दृढ असायला हवी. मग कोणतीही कृती करताना तुम्ही ती ईश्वरासाठी करत असल्याची भावना तुमच्या मनात जागृत होईल. थोडक्यात, कोणतंही कार्य करत असताना मनात व्यक्तिगत फळाची अपेक्षा ठेवली नाही, तर तेच कार्य 'सेवा' बनेल.

कोणतंही कार्य हे तेव्हाच 'सेवा' बनतं, जेव्हा त्यामागील भावना शुद्ध असते. यासाठीच तुमच्या प्रत्येक कर्मामागील चुकीची भावना बदलायला हवी. प्रत्येक कार्याकडे पाहण्याचा दृष्टिकोन बदलायला हवा. तुमचं कार्य किंवा ध्येय न बदलता, केवळ त्यामागील भावना बदला, बस्स... मगच ती अव्यक्तिगत सेवा ठरेल. आता हीच गोष्ट एका उदाहरणाद्वारे समजून घेऊया-

एका बहुराष्ट्रीय कंपनीत नोकरी करणारा एक कर्मचारी खूप मेहनत करतो. पण यामागे त्याची भावना असते, 'माझं लवकरात लवकर प्रमोशन व्हावं, माझी पगारवाढ व्हावी, मला सर्व सुखसुविधा प्राप्त व्हाव्यात, माझा रुबाब वाढावा. मी इतरांपेक्षा खूप पुढे जावं...' पण त्याचवेळी दुसरा कर्मचारी विचार करतो, 'मी माझ्या कंपनीच्या प्रगतीत माझं पुरेपूर योगदान देईन. जेणेकरून माझ्यासोबत सर्वांचाच विकास व्हावा. शिवाय, देशाची अर्थव्यवस्थाही भरभराटीकडे जावी. संपूर्ण विश्वावर माझ्या कार्याचा सकारात्मक प्रभाव पडावा.' अशा प्रकारे, दुसरा कर्मचारी अव्यक्तिगत दृष्टिकोन ठेवूनच जीवन जगत असतो.

बऱ्याचदा मनुष्य अत्यंत संकुचित विचार करतो. कारण त्याच्यासमोर व्यक्तिगत ध्येय असतं. त्यामुळेच तो केवळ स्वतःचा लाभ बघत असतो. पण अव्यक्तिगत ध्येय बाळगणारा मनुष्य स्वतःसोबत इतरांचाही लाभ व्हायला हवा, असा विचार करतो. महात्मा गांधींनी 'स्वतंत्र भारताचे पंतप्रधान' किंवा 'एक महान देशभक्त' असं कोणतंही व्यक्तिगत ध्येय न ठेवता, केवळ अव्यक्तिगत ध्येय निर्धारित केलं होतं. तात्पर्य- तुम्ही दैनंदिन जीवनात कोणतंही कार्य करताना निःस्वार्थी भावना बाळगू शकता.

फोकस योग्य ठिकाणी हवा

काही लोकांचं मन 'सत्य' आणि 'मोहमाया' या दोन टोकांमध्ये झुलत असतं. कारण त्यांच्या मनात कधी सत्याविषयी आकर्षण निर्माण होतं, तर कधी मोहमायेविषयी! अशा दोलायमान अवस्थेत राहिल्याने ते 'होकारात्मक (हातिम)' ही परम अवस्था कधीच गाठू शकत नाहीत.

जीजसने एकदा आपल्या शिष्यांना सांगितलं, 'जर तुमचा डावा डोळा इतरांचे दोष बघत असेल, तर तो काढून फेकून द्या. अन्यथा तुमचा उजवा डोळाही इतरांचे केवळ दोषच पाहू लागेल आणि हळूहळू तुम्ही नरकयातना भोगू लागाल.' जीजसच्या सांगण्याचं तात्पर्य हेच होतं, की मोहमायेत गोंधळून जाण्यापेक्षा, इतरांविषयी भलंबुरं बोलण्यापेक्षा तुमचा फोकस (डोळा) तेथून काढून घ्या.

फोकस हा एखाद्या हूकसारखा असतो. जसं, समुद्रकिनारी येणारी जहाजं एका ठिकाणी स्थिर राहावीत, यासाठी ती हूकाच्या साहाय्याने अडकवली जातात. अगदी त्याचप्रमाणे, आपणही आपलं ध्यान (फोकस) केवळ सर्वोच्च गोष्टींवरच केंद्रित केलं पाहिजे. अन्यथा मोहमायेवर आपण आवश्यकतेपेक्षा अधिक लक्ष देण्याची शक्यता बळावते. याउलट मोहमायेत राहूनही, सांसारिक कर्तव्यं-जबाबदाऱ्या पार पाडतानाही आपला फोकस हा केवळ 'निःस्वार्थी जीवना'वरच केंद्रित असायला हवा. जेणेकरून मायेचा प्रभाव नाहीसा होईल.

अशी कोणती गोष्ट आहे, जी पुनःपुन्हा पाहावीशी वाटते

एका गावात एक मंदिर होतं. त्या मंदिरात वेगवेगळ्या प्रकारचे १०० बल्ब होते. सर्व बल्ब विविध आकारांचे होते. पण आश्चर्याची बाब म्हणजे, गावातील सर्व लोकांना केवळ ९९ बल्बविषयीच माहिती होती. एक बल्ब मात्र कोणालाच गवसला नव्हता. कारण तो नेमका कोठे ठेवलाय, याचा काही थांगपत्ताच लागत नव्हता. एके दिवशी

गावातील लोकांनी मिळून एक शक्कल लढवली. 'जो मनुष्य शंभरावा बल्ब शोधेल, तोच या मंदिराचा पुजारी बनेल', अशी घोषणा त्यांनी सर्वत्र केली.

त्या गावात पुजारी बनणं ही अत्यंत सन्मानाची बाब होती. पण खरंतर त्या अदृश्य बल्बचा शोध आजवर कोणालाच लागला नव्हता. हा शंभरावा बल्ब म्हणजे सर्वांसाठी एक आश्चर्यच होतं. कारण शक्य ते सर्व प्रयत्न करूनही गावकऱ्यांना त्या बल्बचा शोध लागत नव्हता. ते मंदिर गावाबाहेर असल्याने त्यामागे जंगलही होतं. मात्र रात्री मंदिरात झोपणारा मनुष्य हिंस्र प्राण्यांपासून संरक्षण व्हावं यासाठी सर्व बल्ब सुरू करायचा. अशा वेळी तो सर्व बल्बची मोजदादही करायचा. पण तो ९९ पर्यंतच गणती करू शकायचा. गंमत म्हणजे, प्रत्येकासोबत नेमकं असंच घडायचं.

एकदा मंदिराची देखभाल करण्याची जबाबदारी एका तरुणानं स्वीकारली. अर्थात त्याच्याही मनात शंभराव्या अदृश्य बल्बविषयी कमालीची उत्सुकता होती. त्यानं मंदिरात सर्वत्र शोधाशोध केली. पण त्याला अदृश्य बल्ब मुळीच गवसला नाही. मग त्यानं सर्व प्रयत्न सोडून दिले आणि समर्पणाचा मार्ग स्वीकारला. त्यानं मंदिरातील इतर सर्व बल्ब बंद करून केवळ एक झिरो बल्ब लावला आणि तो ईश्वराच्या मूर्तीसमोर ध्यानस्थ बसला. तो ध्यानसागरात इतका बुडाला, की काही वेळातच त्याला एका दैवी प्रकाशाचा अनुभव आला. उत्सुकतेवश त्यानं डोळे उघडले. पाहतो तर काय! साक्षात ईश्वराची मूर्तीच प्रकाशमान झाली होती. आता कुठे त्याला शंभराव्या अदृश्य बल्बचं रहस्य उलगडलं. तो बल्ब इतरत्र कुठेही नसून साक्षात ईश्वराची मूर्तीच होता.

तुमच्यासाठी पहिला प्रश्न

तरुणाने जेव्हा सर्व बल्ब (विचार) बंद केले आणि तो झिरो बल्बच्या साहाय्याने विचारशून्य अवस्थेत गेला, तेव्हा तो हळूहळू ध्यानाची सखोलता अनुभवू लागला. या निर्विचार अवस्थेमुळेच ईश्वराची मूर्ती प्रकाशित

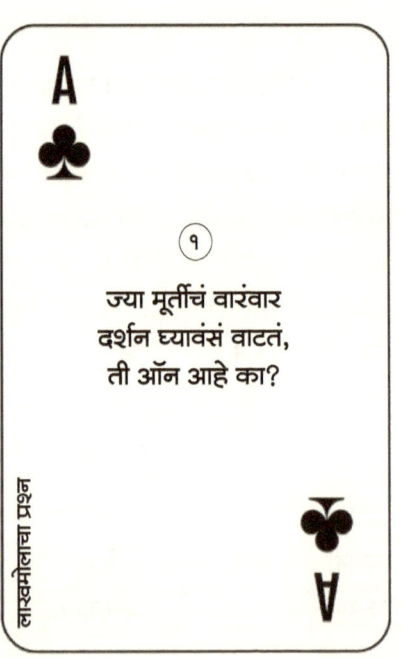

(१)
ज्या मूर्तीचं वारंवार दर्शन घ्यावंसं वाटतं, ती ऑन आहे का?

झाली. खरंतर हाच ईश्वरानं, सेल्फनं विचारलेला पहिला लाखमोलाचा प्रश्न आहे-
ज्या मूर्तीचं वारंवार दर्शन घ्यावंसं वाटतं, ती ऑन आहे का?

या उदाहरणात मूर्ती म्हणजे सेल्फचं, परमचैतन्याचं प्रतीक आहे आणि झिरो बल्ब म्हणजे विचारशून्य अवस्था... आपल्या विचारांचा बल्ब जेव्हा ऑफ होतो, तेव्हाच आपल्या अंतर्यामी असणारी मूर्ती ऑन होते; आणि आपल्याला स्वतःच्या खऱ्या 'स्व'रूपाचं ज्ञान होतं. मूर्ती ऑन असते म्हणजे मनुष्य त्यावेळी स्वतःच्या खऱ्या अस्तित्वाची अनुभूती घेत असतो. याचाच अर्थ तो सर्वोच्च विकसित अवस्थेत असतो. या अवस्थेलाच 'स्वानुभव' किंवा 'मोक्ष' असं संबोधण्यात आलंय. कारण यात मनुष्य आनंदाच्या शिखरावर विराजमान असतो. म्हणजेच तेव्हा त्याच्या अंतर्यामी असलेली स्वानंदाची ज्योत प्रज्वलित झालेली असते.

याउलट तुम्ही जेव्हा चुकीच्या विचारांत अडकून मोहमायेवर अधिक लक्ष केंद्रित करता, तेव्हा ही मूर्ती ऑफ होते. आपल्या आयुष्यात काही घटना अशा घडतात, ज्यांमुळे आपण 'स्व'रूपापासून दूर जातो. अशा वेळी आपल्या अंतरंगातील परमचैतन्याची ज्योत क्षीण झालेली असते. म्हणजेच देहरूपी मंदिरातील बल्ब ऑफ झालेला असतो. अशा वेळी स्वतःला एक प्रश्न नक्की विचारायला हवा, **'ज्या मूर्तीचं वारंवार दर्शन घ्यावंसं वाटतं, ती ऑन आहे का?'** हा पहिला लाखमोलाचा प्रश्न तुम्हाला नेहमी सजग राहण्यासाठी मदत करेल.

अध्याय ५

सर्वांचं भलं केल्याने तुमचंही कल्याण होईल

दुसरा प्रश्न

अशा प्रकारे पहिल्या लाखमोलाच्या प्रश्नाचं उत्तर मिळाल्याने हातिम पुन्हा हुस्नबानोकडे गेला. पहिल्या प्रश्नाचं उत्तर शोधण्यासाठी करावा लागलेला आटापिटा, आव्हानात्मक प्रवासही त्यानं हुस्नबानाला सविस्तर सांगितला. हातिमच्या उत्तरावर हुस्नबानो अतिशय संतुष्ट झाली. ''हातिम, तू नक्कीच एक धाडसी आणि निःस्वार्थ जीवनाचं महत्त्व जाणणारा आदर्श पुरुष आहेस. तुझ्यासारखा केवळ तूच आहेस हातिम! आता मी तुला दुसरा लाखमोलाचा प्रश्न विचारते, 'इतरांचं भलं कर आणि ते विसरून जा' ही ओळ एका व्यक्तीनं महालाच्या दारांवर लिहून ठेवली आहे. आता तुला दोन गोष्टींचा शोध घ्यायचाय. एक म्हणजे, ती व्यक्ती कोण आहे आणि दुसरं म्हणजे त्या व्यक्तीनं कोणत्या कारणास्तव ही ओळ लिहिली आहे?'' हुस्नबानोनं हातिमला दुसरा प्रश्न विचारला.

हातिम दुसऱ्या प्रश्नाचं उत्तर शोधण्यासाठी त्वरित बाहेर पडला. पण त्याला मार्गात एका संकटाचा सामना करावा लागला. वाटेत त्याला एक आश्चर्यकारक गुहा दिसली. त्यानं उत्सुकतेवश त्या गुहेत प्रवेश केला. पण थोड्याच वेळात त्याला काही राक्षसांनी घेरलं. खरंतर बाहेरून छोटीशी दिसणारी ती गुहा आतून मात्र अत्यंत भयावह होती. कारण आत दैत्यांचं साम्राज्य होतं. दैत्यांनी हातिमला पकडून त्यांच्या राजासमोर

नेलं. तो राजा उदास असल्याचं त्याच्या चेहऱ्यावर स्पष्ट दिसत होतं.

खरंतर हातिमचा स्वभाव इतका मनमोकळा होता, की पहिल्याच भेटीत त्यानं दैत्यांच्या राजाला आपली हकिकत सांगितली. इतकंच काय, तर राजाच्या उदासीचं कारणही विचारलं.

''माझी पत्नी आणि मुलगी दोघीही शरीरअस्वास्थ्यामुळे त्रस्त आहेत. पत्नीला कोणतातरी गंभीर नेत्रविकार जडलाय, तर मुलगी पोटदुखीमुळे कासावीस झाली आहे. सर्व प्रयत्न करूनही त्यांच्या प्रकृतीत तिळमात्र फरक पडलेला नाही.'' दैत्यराजाने आपल्या उदासीचं कारण हातिमला सांगितलं.

राजाची असहाय अवस्था बघून संवेदनशील स्वभावाच्या हातिमला त्याची दया आली. त्यानं राजाच्या पत्नीला आणि मुलीला भेटण्याची इच्छा व्यक्त केली. आपल्या अस्वलीण पत्नीने दिलेला जादूई मणी हातिमने दैत्यराणीच्या दोन्ही डोळ्यांवर ठेवला आणि काय आश्चर्य! क्षणार्धात राणी नेत्रविकारातून मुक्त झाली. त्यानंतर हातिमने एक पेला सरबत मागवून त्यात तो मणी बुडवून काढला. आणि ते सरबत दैत्य राजकुमारीला पिण्यासाठी देण्यात आलं. काही वेळातच राजकुमारीच्या चेहऱ्यावर हास्य विलसू लागलं. कारण तिची पोटदुखी लगेच थांबली होती. दैत्यराजा आणि त्याचे कुटुंबीय हातिमला धन्यवाद देऊ लागले. त्याचा जयजयकार करू लागले. पण या आदरसन्मानाला बळी न पडता हातिम पुढील प्रवासाला निघाला.

पुढे प्रवासात त्याला एक गाव लागलं. या गावातील सर्व लोक अत्यंत भयभीत अवस्थेत जगत होते. कारण त्या गावात एका अवाढव्य राक्षसाची दहशत होती. हा राक्षस गावातील तीन-चार लोकांना दररोज गिळंकृत करायचा. अशी गावकऱ्यांची दयनीय अवस्था पाहून हातिमचं हृदय द्रवलं. त्यानं गावाला राक्षसाच्या मिठीतून मुक्त करण्याचा निश्चयच केला. हातिमनं गावातील सर्व लोकांना एकत्र आणलं. शिवाय, गावच्या प्रमुखाला सांगितलं, ''मला राक्षसाच्या लांबी-रुंदीइतका आरसा बनवून दिला तर त्या राक्षसाला ठार करण्याचं मी तुम्हाला वचन देतो.'' खरंतर गावच्या प्रमुखाला हातिमचं बोलणं म्हणजे अतिशयोक्तीच वाटली. पण त्याच्यासमोर अन्य कोणताही पर्यायही नसल्याने त्यानं हातिमला मदत करायचं ठरवलं.

हातिमने गावकऱ्यांच्या साहाय्याने गावाच्या मुख्य प्रवेशद्वारावर आरसा बसवला. नेहमीप्रमाणे राक्षस गावातील लोकांना गट्टम करण्यासाठी प्रवेशद्वाराप-ाशी आला. पण जेव्हा त्यानं समोर पाहिलं, तेव्हा मात्र तो भयकंपित झाला. कारण स्वतःचीच प्रतिमा आरशात पाहून तो चक्रावला. यापूर्वी त्यानं इतका बलाढ्य राक्षस

कधीच पाहिला नव्हता. पण तो आरशात स्वतःचंच रूप पाहतोय, हे त्याला अज्ञानवश मुळीच समजत नव्हतं. कारण यापूर्वी त्यानं स्वतःची प्रतिमा आरशात कधीच पाहिली नव्हती. आपल्यासमोर कोणीतरी हिंस्र, क्रूर राक्षस आलाय आणि तो आता आपल्याला गिळंकृत करणार, या विचाराने त्याच्या सर्वांगाला दरदरून घाम फुटला. आरशाच्या मागे लपलेल्या हातिमने विचित्र आवाज काढून त्याला घाबरवण्याचा प्रयत्न केला, जीवे मारण्याची धमकी दिली. हातिमची धमकी ऐकून त्या राक्षसाला पळता भुई थोडी झाली. तो इतका भयभीत झाला, की जागच्या जागीच मरण पावला. साऱ्या गावात एकच जल्लोष झाला. जणू वर्षानुवर्षांच्या भयगंडातून गावकरी मुक्त झाले. सर्वांनी हातिमला वर उचलून धरत त्याच्या नावाचा जयजयकार केला.

आता गावकऱ्यांचा निरोप घेऊन हातिम पुढील प्रवासाला निघाला. यानंतरचा त्याचा प्रवासही काटेरी वाटेवरूनच होता. पण तरीही त्यानं मार्गातील कितीतरी लोकांना, प्राण्यांना आणि लहान कीटकांनासुद्धा निःस्वार्थी भावनेने मदत केली. शेवटी तो एका अशा महालासमोर पोहोचला, ज्याच्या प्रवेशद्वारावर लिहिलं होतं- 'इतरांचं भलं कर आणि ते विसरून जा.'

हातिम महालाच्या मालकाला भेटला. त्यानं स्वतःचा परिचयही करून दिला. त्याचबरोबर आपल्या खडतर प्रवासामागील ध्येयही त्याला सांगितलं.

"महोदय, मी आपला महाल शोधण्यासाठी दीर्घ पल्ल्याचा प्रवास करत आलोय. तरी कृपया मला एका प्रश्नाचं उत्तर द्यावं. आपल्या महालाच्या प्रवेशद्वारावर 'इतरांचं भलं कर आणि ते विसरून जा' ही ओळ कोणी आणि का लिहिली आहे?" हातिमने आपल्या मनातील शंका त्या मनुष्याला विचारली.

त्यावर तो श्रीमंत माणूस म्हणाला, "हातिम, तू खरंच एक गुणवान मनुष्य आहेस. म्हणूनच मी तुला माझी कथा निष्कपटपणे सांगत आहे. सुरुवातीला मी एक चोर होतो.

अनेक श्रीमंतांची घरं लुटायचो. माझ्या प्रत्येक दिवसाची सुरुवात कुकर्मापासून व्हायची. पण काही दिवसापूर्वी मी एक सत्कार्य करायचं ठरवलं. मी दररोज तूप लावलेल्या दोन पोळ्या नदीत टाकायचो. माझ्या या कृतीमागे नदीतील माशांना अन्न मिळावं, हा एकमेव उद्देश होता. शिवाय मी नियमितपणे हे काम करत राहिलो.

''त्यानंतर एकदा माझी प्रकृती खूपच ढासळली. जणू साक्षात मृत्यूच मला आमंत्रण देत होता. मृत्यूनंतर मला माझ्या पापांची शिक्षा मिळेल, याची मला खात्रीच पटली होती. जेव्हा माझा मृत्यू झाला, तेव्हा मला नरकात नेण्यासाठी यमदूत आले.

''यमदूत जेव्हा मला नरकात घेऊन जात होते, तेव्हा दोन देवदूत समोर आले. त्यांनी यमदूतांना सांगितलं, की या मनुष्याला नरकात घेऊन जाता येणार नाही. कारण यानं काही पुण्यकर्मंही केली असल्याने काही दिवसांकरिता याला स्वर्गात राहावं लागेल. सत्कार्याचं चांगलं फळ याला नक्कीच मिळायला हवं.''

''देवदूतांचं बोलणं ऐकून मला आश्चर्याचा धक्काच बसला. कारण मी नेमकं कोणतं पुण्यकर्म केलं होतं, हे मला मुळीच आठवेना.

''स्वर्गात नेल्यावर माझ्या चांगल्यावाईट कामाचा हिशेब लावला गेला आणि तेव्हा समजलं, की अजून तर माझं काही आयुष्य शिल्लक आहे. मला चुकून तेथे नेण्यात आलं होतं. त्यामुळे देवदूतांनी माझ्या आत्म्याला पुन्हा शरीरात प्रवेश करायला सांगितलं. देवदूत जेव्हा तेथून निघाले तेव्हा मी त्यांना विचारलं, 'तुम्ही कोण आहात आणि माझ्यावर एवढी दया का दाखविली?' तेव्हा त्या देवदूतांनी सांगितलं, 'आम्ही कोण आहोत, हे तू समजू नाही शकणार. हे तू समजून घे, की आम्ही केवळ त्या दोन पोळ्या आहोत, ज्या तू रोज नदीत टाकत होतास.'

''त्यांचं बोलणं ऐकून माझे डोळे उघडले. माझ्या हजारो पापांवर केवळ एका चांगल्या कर्मानं वर्चस्व गाजवलं होतं. या प्रसंगामुळे मला चांगल्या कामाचं महत्त्व समजलं आणि तेव्हापासून मी चोरी करणं बंद केलं. सगळी वाईट कामं सोडून चांगला मनुष्य बनलो. परोपकाराचं कार्य करण्यास सुरुवात केली. त्यानंतर मी ठरवलं, की माझं जेवढं आयुष्य शिल्लक आहे ते मी निःस्वार्थीपणाने चांगलं काम करत जगेन. त्यानंतर मी चांगलं काम करून श्रीमंत झालो आणि दरवाजावर लिहिलं, – 'इतरांचं भलं कर आणि ते विसरून जा.' इतर लोकांनी हे वाचून निःस्वार्थी भावनेनं चांगलं काम करावं, हाच या मागचा उद्देश!''

हातिम त्या मनुष्यावर अतिशय प्रसन्न झाला आणि त्याला धन्यवाद देत परत हुस्नबानोच्या देशात दुसऱ्या प्रश्नाचे उत्तर देण्यास निघाला.

अध्याय ६

अहंकाराचा मृत्यू
दुसऱ्या प्रश्नाचं आंतरिक रहस्य

हातिमची शोधयात्रा सुरूच होती. मार्गात त्याला पुन्हा एका राक्षसाशी सामना करावा लागला. पण हातिमनं मोठ्या शिताफीनं त्याचाही वध केला. त्यानं राक्षसासमोर केवळ एक आरसा धरला, ज्यात स्वतःचं प्रतिबिंब पाहून राक्षस मरण पावला. वास्तविक त्या राक्षसासमोर आरसा धरणं, हे अत्यंत जोखमीचं आणि तितकंच धाडसी कृत्य होतं. खरंतर हातिमप्रमाणे कोणत्याही परिस्थितीत आशावादी आणि सकारात्मक वृत्ती अंगीकारायची असेल, तर तुम्हालाही साहसी वृत्ती अंगी बाणवावी लागेल. मग आता प्रश्न असा उरतो, की आपल्या जीवनात असा कोणता राक्षस आहे, ज्याचा सामना करण्यासाठी आपल्याला सज्ज व्हायला हवं?

तुलना करणारं मन - बलाढ्य राक्षस

आपल्या अंतर्यामी एक बलाढ्य राक्षस आहे. तो म्हणजे, सतत इतरांशी तुलना करणारं, नेहमी दुःखी राहणारं, कधी निराशेत अडकणारं, तर कधी मोह, ईर्ष्या, क्रोध, तिरस्कार अशा भावनांना बळी पडणारं आपलं तुलनात्मक मन! हे मन म्हणजे असा राक्षस, ज्यामुळे मनुष्य पराचा कावळा करतो. क्षुल्लक समस्यांमध्येही कुरबुर करतो.

सतत तुलना करणाऱ्या मनात, नकारात्मक विचारांचा संचय झालेला असतो. असं मन म्हणजे जणू नैराश्यपूर्ण विचारांचं गाठोडंच! कारण या तुलनात्मक मनामुळेच आपण भ्रामक गोष्टींना सत्य समजून गोंधळून जातो. म्हणूनच मनुष्याचं हे मनच बलाढ्य राक्षस आहे. ज्याप्रमाणे हातिमनं राक्षसाला केवळ आरसा दाखवून त्याचा वध केला, अगदी त्याचप्रमाणे आपल्यालाही मनरूपी राक्षसाचा वध करायचाय. त्यासाठी आपल्या हातात 'आत्मशोधाचा आरसा' असायला हवा. आता हीच गोष्ट एका उदाहरणाद्वारे समजून घेऊया-

समजा, तुम्ही 'माझ्या कुटुंबातील लोक माझी मुळीच काळजी घेत नाहीत', या एका विचाराने त्रस्त आहात. अशावेळी त्वरित सजग होऊन या विचाराला 'आत्मशोधाचा आरसा' दाखवा. म्हणजेच 'माझ्या कुटुंबातील लोक माझी मुळीच काळजी घेत नाहीत' याऐवजी स्वतःला विचारा, 'अशा कोणकोणत्या गोष्टी आहेत, ज्यांबाबत मी स्वतःची काळजी घेत नाही?' तेव्हा तुमच्या लक्षात येईल, की अशी अनेक क्षेत्रं आहेत, ज्यांबाबत तुम्ही निष्काळजीपणा दाखवता. कदाचित तुम्ही स्वतःच्या आरोग्याची काळजी घेत नसाल, कदाचित तुमचं खानपान, व्यायाम यात शिस्तीचा अभाव असेल किंवा हाती घेतलेली वस्तू योग्य ठिकाणी ठेवण्याची सवय तुम्हाला नसेल.

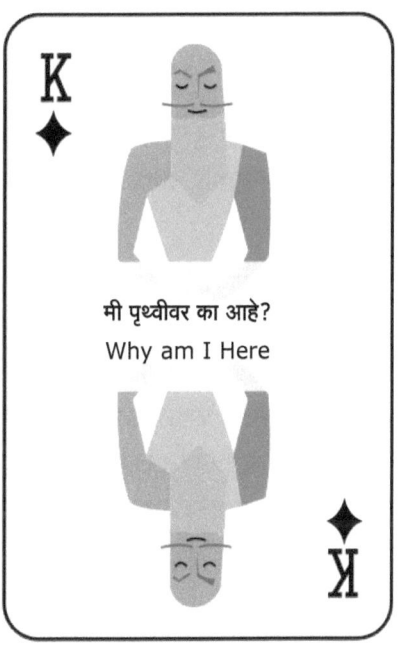

मी पृथ्वीवर का आहे?
Why am I Here

खरंतर हा संसार म्हणजे तुमच्या मनात सुरू असणाऱ्या विचारांचा आरसा आहे. संसारातील घटना, व्यक्ती यांमुळे तुमच्या मनाची घालमेल होते, कधी नैराश्य येतं, तर कधी दुःख होतं. पण संसाररूपी आरशात स्वतःचं प्रतिबिंब न्याहाळायला हवं. हातिम जसा शोध घेत होता, तसाच तुम्हीही आत्मशोध घ्यायला हवा. काही कारणास्तव तुम्ही क्रोधित झालात, तर या क्रोधयुक्त विचारांसमोर 'आत्मशोधाचा आरसा' धरा. म्हणजेच मनातील विचारांवर मनन करून स्वचिकित्सा करा. जसं, 'मला नेमक्या

कोणत्या कारणांमुळे क्रोध येतो, मुळात क्रोध म्हणजे नक्की काय, मी क्रोधित होण्यामागे माझी कोणती चुकीची धारणा आहे, माझ्या इच्छांमध्ये बाधा निर्माण होताच मी क्रोधित होतो का, मी करत असलेल्या क्रोधामागे भीतीची भावना आहे का?' अशा प्रकारे, शोध घेतल्यास तुमच्यासमोर अनेक रहस्यं उलगडतील.

थोडक्यात, तुलनात्मक मनात निर्माण होणाऱ्या प्रत्येक विचारावर सूक्ष्मपणे मनन करायला हवं. मग असं मन 'न-मन' झालं नाही तरच नवल! लक्षात घ्या, जे लोक मनाचे स्वामी बनतात, तेच हातिमप्रमाणे निःस्वार्थ जीवनाचं ध्येय निश्चित करू शकतात.

मृत्यूचा 'मनन-सोहळा' साजरा करा

तुम्ही कधी 'मृत्यू' या विषयावर मनन-चिंतन केलंय का? मृत्यू हा शब्द ऐकताच तुमच्या डोळ्यांसमोर नेमकं कोणतं चित्र उभं राहतं, मनात कोणत्या भावना निर्माण होतात?

मृत्यू हा शब्द ऐकताच लोक गडबडतात. याविषयी चर्चा करण्यात त्यांना मुळीच रस नसतो. क्वचित प्रसंगी कोणाच्या मुखातून हा शब्द ऐकताच त्या व्यक्तीचे नातेवाईक घाबरून जातात. 'अमुक नातेवाइकाच्या तोंडून 'आई गं, मेलो मी...' असे शब्द ऐकले तर कदाचित त्याचं बोलणं खरंतर नाही ना ठरणार... त्याचा मृत्यू तर नाही ना होणार' ही भीती त्यांचं मन पोखरून टाकते. वास्तविक प्रत्येक देह एक दिवस मातीमोल होणारच, हे सत्य माहीत असूनही आपण त्याकडे काणाडोळा करतो.

'मृत्यू' या विषयावर जर सखोल आणि अचूक मनन केलं, तर तो तुमच्यासाठी मुक्तीचं द्वार खुलं करेल. हातिमच्या कथेत त्या चोरासोबत नेमकं हेच तर घडलं ना! त्यानं मृत्यूचा सामना केला आणि जीवनातील एका सत्याची त्याला प्रचीती आली. 'इतरांचं कल्याण कर आणि विसरून जा', ही अत्यंत महत्त्वपूर्ण समज त्याला लाभली.

कथेत या प्रसंगाचं अतिशय सुंदर वर्णन करण्यात आलंय. एके दिवशी या चोराचा मृत्यू होतो आणि यमराजांपुढे तो उभा राहतो. आता त्याच्या कर्मांचा पाढा वाचून 'स्वर्ग की नरक' हा निर्णय होणार असतो. चोराला वाटतं, 'मी तर आयुष्यभर कुकर्मं केली आहेत. मग माझ्यासाठी स्वर्गाचं दार नक्कीच बंद असणार.' पण ऐनवेळी त्याला स्वर्गात प्रवेश मिळतो. कारण त्यानं केलेल्या काही सत्कर्मांची बेरीज अधिक ठरते. मनुष्याचं शरीर, आयुष्यभर त्यानं कमावलेली धनदौलत, नावप्रतिष्ठा या बाबी मृत्यूमुळे धुळीस

मिळतात. मागे शिल्लक राहतं, ते इतरांसाठी केलेलं सत्कर्म!

सुदैवानं त्या चोराला पुन्हा पृथ्वीवरील जीवन जगण्याची संधी लाभते. मग यमलोकी असताना मिळालेली समज तो आपल्या पृथ्वीवरील जीवनात अवलंबतो. चोरी, लूटमार न करता आता तो केवळ सत्कार्य करण्यावरच भर देतो. जेणेकरून पृथ्वीचा निरोप घेण्याची दुसऱ्यांदा वेळ येताच त्याला नरकयातना भोगाव्या लागू नयेत. अशा प्रकारे एक चोरही हातिमप्रमाणे निःस्वार्थ जीवन जगू लागतो.

कथेतून आणखी एक गोष्ट स्पष्ट होते. ती म्हणजे, चोराच्या मृत्यूनंतरही त्याचा सूक्ष्म जगात (मृत्यूनंतरच्या जगात) प्रवास सुरूच होता. कारण मृत्यू तर त्याच्या शरीराचा झाला होता. पण त्याची विचारशक्ती, भावना, समज या बाबी तो पृथ्वीवर जगत असताना जशा असायच्या अगदी तशाच मृत्यूनंतरच्या जगातही होत्या. पृथ्वीवर असताना त्यानं केलेलं कर्म, बाळगलेले विचार, भावना यांवरच त्याचा पुढील प्रवास (मृत्यूनंतरचा प्रवास) अवलंबून होता.

एका चोराला मृत्यूनंतर जे सत्य उमगलं, ते जाणण्यासाठी तुम्हाला मात्र मृत्यूची वाट पाहण्याची गरज नाही. कारण याच जन्मी गुरूंकडून लाभलेलं ज्ञान आत्मसात करून तुम्ही 'मृत्यू' या विषयावर मनन-चिंतन करू शकता. शिवाय, निःस्वार्थ जीवनाची महती आणि जन्म-मृत्यूचा खरा अर्थही जाणू शकता. इतकंच काय तर तुम्ही अनेक पैलू सखोल जाणू शकता. जसं-

- मी पृथ्वीवर का आलो आहे? माझ्या जीवनाचा उद्देश काय?
- मृत्यूनंतर नेमकं काय नाहीसं होतं? 'मी' की माझं शरीर?
- मृत्यूनंतरही जीवन असतं, की तोच जीवनाचा शेवट आहे?
- असे कोणते नियम किंवा सिद्धांत आहेत, ज्याला अनुसरून शरीर जन्मण्यापूर्वी आणि त्याच्या मृत्यूनंतरही आपलं जीवन (मृत्यू उपरांत जीवन) सुरूच असतं?
- निःस्वार्थ जीवनामुळे आपण विकासाच्या सर्वोच्च पातळीवर कशा प्रकारे पोहोचतो?

या सर्व प्रश्नांची संक्षिप्त उत्तरं येथे देण्यात आली आहेत. मनन-चिंतन करून तुम्ही ही उत्तरं जीवनात उतरवू शकता. मग तुमच्या जीवनाला एक निश्चित दिशा मिळेल, हे नक्की!

मृत्यूचं आणि जीवनाचं रहस्य

संपूर्ण सृष्टीच्या चराचरात-कणाकणात केवळ एकच चैतन्यशक्ती व्याप्त आहे. तिलाच कोणी ईश्वर म्हणतं, कोणी अल्लाह तर कोणी परमात्मा! एकम्, तेजम्, चैतन्य, ऊर्जा, चेतना, सेल्फ अशा अनेक नावांनी त्या चैतन्यशक्तीला संबोधलं जातं. ही अप्रकट शक्ती जेव्हा प्रकट होते, तेव्हा हा संसार सुरू होतो. ही शक्तीच विविध विद्युत-चुंबकीय तरंगांच्या, कंपनांच्या माध्यमातून अभिव्यक्त होत असते. प्रत्येक मनुष्याच्या माध्यमातून याच चैतन्यशक्तीची अभिव्यक्ती होत असते. एकच ऊर्जा विविध देहांद्वारे स्वतःचं प्रकटीकरण करत असते. पण जेव्हा ही ऊर्जा स्वतःचं मूळ रूप विसरते, तेव्हा निर्माण होतो 'अहंभाव'. अर्थात स्वतःला इतरांहून वेगळं समजण्याची भावना. खरंतर हा संसार आणि त्यातील सर्व घडामोडी म्हणजे एकाच चैतन्यशक्तीची लीला आहे. 'स्वतःला म्हणजेच चैतन्यशक्तीला जाणणं आणि आनंदाची अभिव्यक्ती करणं', हाच या लीलेचा मूळ उद्देश होता.

जो मनुष्य जीवनाचा खरा अर्थ अनुभवाने जाणतो, जो चराचरात असणाऱ्या एकमात्र चैतन्याची अनुभूती घेतो, त्याच्यासमोर जन्म-मृत्यूचं रहस्य पूर्णपणे उलगडतं. मग त्याच्या मनात शरीराच्या मृत्यूचं भय उरत नाही. कारण शरीराचा मृत्यू म्हणजे केवळ एक रूपांतरण असल्याचं तो अनुभवाने जाणतो. असा मनुष्य मृत्यूला न घाबरता त्याचं स्वागत करण्यासाठी सदैव तयार असतो.

वास्तविक प्रत्येक मनुष्याच्या शरीराचे चार कोश असतात. स्थूल शरीर म्हणजेच बाह्य रूपात दिसणारा कोश, प्राणमय शरीर म्हणजे ज्या कोशात श्वास सुरू असतो, तिसरा कोश असतो मनमय शरीर अर्थात ज्यात विचार निर्माण होतात, चौथा असतो कारण देह (भावनात्मक शरीर) आणि अंतिम भाग म्हणजे आनंदमय शरीर अर्थात 'सेल्फ, चेतना, परमचैतन्य'!

मृत्यूसमयी केवळ बाह्य-स्थूल शरीर आणि प्राणमय शरीर नाहीसं होतं. पण मनमय शरीर, कारण शरीर आणि आनंदमय शरीर मात्र जिवंतच असतं. किंबहुना सूक्ष्म रूपात त्यांची पुढील वाटचाल सुरू राहते. या सर्व कोशांचा मिळून सूक्ष्म देह तयार होतो, जो आपल्या मर्यादित क्षमतांमुळे आपण पाहू शकत नाही. त्यामुळेच एखाद्याचा मृत्यू झाल्यास आपण त्या व्यक्तीचं अस्तित्वच नाकारतो. पण ती व्यक्ती आता सूक्ष्म देहरूपात अस्तित्वात असते. आपण गाढ झोपेत असताना कधी-कधी आपला सूक्ष्म देह काही विशिष्ट ठिकाणी जाऊन परततो. त्यामुळेच काही लोकांना एखाद्या नवीन

ठिकाणी गेल्यावर, पूर्वी कधीतरी तिथे आल्याचा आश्चर्यकारक अनुभव येतो. खरंतर ते या ठिकाणी पूर्वी कधीच आलेले नसतात. पण केवळ सूक्ष्म देहाच्या प्रवासामुळे त्यांना तशी प्रचीती येते.

मृत्यूनंतरच्या जगात (सूक्ष्म जगात) प्रवास करण्यासाठी अत्यावश्यक असणारा पासपोर्ट म्हणजे मनुष्याला प्राप्त झालेला बोध (ज्ञान) आणि त्याची समज! कारण यावरच त्याच्या पुढील प्रवासाची दिशा निर्धारित होते. तेव्हा तो आनंदी, शांत आणि सुखी जीवन जगणार, की दुःख आणि संभ्रम यांच्या जाळ्यात अडकणार, हे त्याच्या समजेनुसारच निर्धारित होतं. म्हणूनच पृथ्वीवरील जीवनात सर्व प्रकारच्या चुकीच्या धारणांतून आणि वृत्तींतून मुक्त व्हायला हवं. त्यासाठी योग्य ज्ञान आणि समज प्राप्त करायला हवी. परिणामी तुमचं पृथ्वीवरील जीवन तर सुसह्य होईलच, शिवाय तुमची सूक्ष्म जगातील यात्राही (मरणोत्तर जीवन) आनंदपूर्ण ठरेल.

प्रत्येक मनुष्य भाव, विचार, वाणी आणि क्रिया या माध्यमांतून कर्म करत असतो. या कर्मांचं फळच त्याच्या समोर 'भाग्य' बनून येतं. त्यानुसारच मनुष्याचं मृत्यूनंतरचं जीवन आनंदी किंवा दुःखी असू शकतं. थोडक्यात, प्रत्येक मनुष्य स्वतःच्या जीवनाचा शिल्पकार आणि भाग्यनिर्माता असतो. कारण त्याच्या जीवनात घडणाऱ्या सर्व घटनांसाठी तो स्वतःच जबाबदार असतो. इतर कोणीही त्याच्यावर न्याय किंवा अन्याय करू शकत नाही. त्याच्याच हाती स्वतःचं भाग्य उजळण्याचं किंवा ते बिघडवून टाकण्याचं सामर्थ्य असतं. म्हणूनच आपल्या पूर्वजांपासून सद्वर्तनाची शिकवण देणाऱ्या अनेक कथा, कविता, म्हणी, वाक्प्रचार ऐकिवात आहेत. 'पेराल तेच उगवेल', 'कराल तसं भराल', 'नेकी कर दरिया में डाल' अशा अनेक म्हणी, वाक्प्रचारांतून किती अमूल्य शिकवण मिळते!

जे लोक स्वार्थी, अप्पलपोटे असतात, ते अहिंसा, असत्य, कपट आणि वाममार्गाने जगतात. अशा लोकांचा सूक्ष्म जगातील प्रवास हा दुःखद, अंधारमय आणि भय-चिंतांसारख्या विकारांनी ग्रस्त असतो. पण जे लोक निःस्वार्थ जीवन जगतात, प्रेम, करुणा आणि साहसानं ओतप्रोत भरलेले असतात, त्यांची चेतना, सजगता आणि शुद्धता नक्कीच उच्च असते. असे लोक सूक्ष्म जगात प्रेम, आनंद, शांती आणि सौंदर्यानं भारलेलं जीवन जगतात. म्हणूनच पृथ्वीवर असतानाच आपण विचारांमध्ये शुद्धता, पवित्रता जोपासायला हवी. अहिंसा आणि निःस्वार्थी भाव अंगीकारायला हवा.

सूक्ष्म जगात विचार सगळ्यात महत्त्वाची भूमिका निभावतात. तेथे सगळी कामं

विचारांद्वारेच संपन्न होतात. त्या जगातील सर्वांत मोठी शक्ती म्हणजे 'विचार' होय. म्हणूनच तुम्ही 'हॅपी थॉट्स' अर्थातच सकारात्मक आणि आनंददायी विचारांची कास धरायला हवी. केवळ शुभ, सकारात्मक विचार करण्याची सवय तुमच्या नेहमीच कामी येईल.

तुमच्यासाठी दुसरा प्रश्न

हुस्नबानोने विचारलेल्या दुसऱ्या प्रश्नामुळे आपल्याला जीवन आणि मृत्यू यांवर मनन करण्याची संधी मिळाली. शिवाय, आपल्याला निःस्वार्थ, परोपकारी जीवन आणि शुद्ध भावनांचं मूल्यही समजलं. आता आपल्याला एक प्रश्न स्वतःला विचारायचा आहे, 'जर आज माझ्या आयुष्याचा (अहंकाराचा) शेवटचा दिवस असेल, तर तो मी कशा प्रकारे व्यतीत करेन?'

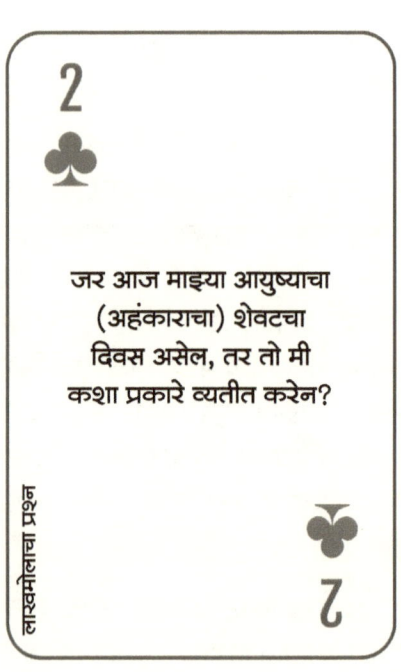

अहंकार म्हणजे स्वतःला परमचैतन्यापासून वेगळं मानणारा अहंभाव. सर्व प्राणिमात्रात केवळ एकच परमचैतन्य आहे, होतं आणि राहील. खरंतर अहंकारामुळेच मनुष्य मृत्यूला घाबरत असतो. अहंकार शरीरात 'मी'पणा निर्माण करतो. त्यामुळे मनुष्य आयुष्यभर 'मी-माझं-मला, तू-तुझं-तुला' या द्वैतभावनेत अडकतो. अहंकार हेच मनुष्याच्या सर्व विकारांचं मूळ आहे. मोह, लोभ, भय, ईर्ष्या, क्रोध, निराशा या सर्व विकारांचं मूळ कारण म्हणजे 'अहंकार' होय. पण अहंकाराचा मृत्यू होताच मनुष्य सर्व विकारांतून आणि बंधनांतून मुक्त होतो.

अहंकार विलीन होताच आपण अंतर्यामी असणाऱ्या अमर्याद आनंदाप्रति (सर्वोच्च चेतनेप्रति) जागृत होतो. त्याच्याशी एकरूप होऊन जातो. त्यानंतर आपल्या मनात ना मृत्यूचं भय उरतं, ना काही गमावण्याचं दुःख, ना काही मिळवण्याची महत्त्वाकांक्षा! तर मनुष्याचं शरीर अहंकाराचं नव्हे, तर परमचैतन्याचं, ईश्वरीय अभिव्यक्तीचं सुंदर माध्यम

बनतं. ज्या शरीरात अहंकाराचा लवलेश नसतो, त्याद्वारेच ईश्वर स्वतःची अभिव्यक्ती करतो.

मोक्ष प्राप्त करण्याची पहिली पायरी म्हणजे अहंकारातून मुक्त होऊन अंतर्यामी असणाऱ्या सर्वोच्च चेतनेप्रति सजग होणं. ईसा, मसीह, कबीर, गुरू नानक, बुद्ध, मंसूर, संत ज्ञानेश्वर यांसारख्या महान संतांनी सदेह मुक्ती प्राप्त केली.

आता विचार करा, जर उद्यापासून तुम्ही आत्मसाक्षात्कारी अवस्थेत स्थिर झालात तर तुमचा आजचा दिवस कसा असेल? कारण अहंकाराच्या मृत्यूनंतर म्हणजेच उद्यापासून तुम्ही द्वैतभावनेतून मुक्त व्हाल. 'तुझं-माझं' हा भेद करणारी बुद्धीच समर्पित होईल. माझ्यात आणि इतर सर्व प्राणिमात्रात एकच चैतन्य असल्याची अनुभूती तुम्हाला प्राप्त होईल. या अवस्थेत जे कार्य केलं जाईल, ते स्वार्थासाठी नसून परोपकारार्थ असेल.

पण उद्यापासून तुम्हाला या भावनेने जीवन जगायचं असेल तर, त्याचा अभ्यास तुम्हाला आजपासूनच करावा लागेल. उद्यापासून तुमचं जीवन जर निःस्वार्थी होणार असेल, तर त्याचा सराव आजपासूनच करायला हवा ना? म्हणून तुम्ही आजच अंतिम होकारात्मक (हातिम) या अवस्थेत स्थिर व्हा. निःस्वार्थ प्रेम, करुणा, समृद्धी या ईश्वरीय पैलूंचा अनुभव घ्या. जेणेकरून तुमच्या जीवनात 'आत्मसाक्षात्कार' या पुढील पायरीचं आगमन लवकरच व्हावं.

अध्याय ७

जसं कराल, तसं भराल

तिसरा प्रश्न

हातिमने आपल्या साहसाच्या आणि बुद्धिमत्तेच्या आधारावर इतरांच्या प्रश्नांची उत्तरं शोधली... तो मोठ्या उत्साहाने पुन्हा हुस्नबानोकडे गेला आणि तिच्या दोन्ही प्रश्नांचं उत्तर दिलं. हुस्नबानो हातिमचं उत्तर ऐकून प्रसन्न झाली. आता वेळ होती तिसऱ्या प्रश्नाची, हुस्नबानोने तिसरा प्रश्न सांगितला– आता तुला **'जसं कराल, तसं भराल'** हे कोणी आणि का सांगितलंय, याचा शोध घ्यायचाय.

आता हातिम तिसऱ्या प्रश्नाचं उत्तर शोधण्यासाठी निघाला. मात्र या शोधात हातिमची मदत एका परीने केली. मागील शोधाच्या दरम्यान हातिमने त्या परीला मदत केली होती. त्या परीने हातिमला सांगितलं, 'या शब्दाचं रहस्य तुला कोए-ए-अहमर नावाच्या जागेवर मिळेल.' हातिमला तेथे लवकर पोहोचता यावं, यासाठी परीने त्याला एक जादूचा उडणारा गालिचा दिला.

हातिम जादूई गालिच्याच्या साहाय्याने लवकरच त्या ठिकाणी पोहोचला. तिथे लाल रंगाचा एक डोंगर होता, जो उतरल्यानंतर हातिमला दुरूनच एक आवाज आला, **'जसं कराल, तसं भराल.'** हातिम आवाजाच्या दिशेनं गेला. तेथे जाऊन पाहतो तो

काय, एका मजबूत विशाल वृक्षावर एक मोठा पिंजरा अडकवलेला होता. त्यात एका अंध वृद्धाला कैद करण्यात आलं होतं. तो वृद्ध माणूस जोरजोरात ओरडत होता, **'जसं कराल तसं भराल.'**

हातिमने त्या वृद्ध माणसाला त्याच्याकडे असलेल्या शक्तीने पिंजऱ्यातून मुक्त केलं आणि त्याची विचारपूस केली. यावर तो वृद्ध हातिमचे आभार मानत म्हणाला, 'माझं नाव अहमर असून मी एक व्यापारी आहे. मी तरुण असतानाच माझ्या वडिलांचा मृत्यू झाला. ते खूप श्रीमंत होते. त्यांच्या पश्चात मला खूप सारी धनदौलत मिळाली. पण त्यावेळी मी ती सगळी ऐशोआरामात उडवली आणि कंगाल झालो. कारण तेव्हा मला कोणतीही समज नव्हती.

''मात्र माझ्या कानावर एक गोष्ट आली होती, की माझ्या वडिलांनी जमिनीतसुद्धा धन पुरून ठेवलं होतं. ते मला माझ्या मित्राच्या मदतीने काढायचं होतं. कारण त्याला जमिनीत असलेल्या धनाचा शोध घेण्याचा अनुभव होता. पण त्याने एका अटीवर माझी मदत केली. जमिनीतून काढलेल्या धनाचा एकचतुर्थांश भाग मला त्याला द्यावा लागणार होता.

''मी त्याची अट मान्य करून त्याच्या मदतीने जमिनीत लपवलेलं धन शोधून काढलं. पण जेव्हा हिस्सा देण्याची वेळ आली तेव्हा माझ्या मनात लोभ, लालसा, अप्रामाणिकपणा निर्माण झाला. मी त्याला काहीच न देता उलट मारहाण केली आणि त्या धनाद्वारे ऐशोआरामात जीवन जगू लागलो. ज्या मित्राला धोका दिला होता त्याला मी कालांतराने पूर्णपणे विसरलो. शिवाय त्या गोष्टीचा मला मुळीच पश्चात्ताप होत नव्हता.

''काही दिवसांनी तो मित्र परत माझ्याकडे येऊन सांगू लागला, 'मित्रा, मी तुला त्यावेळी सांगितलं नव्हतं, पण जमिनीत अजूनही काही धन आहे. खरंतर ते मी मागच्यावेळीच पाहिलं होतं. पण तुला मात्र सांगितलं नव्हतं. या वेळी जर तू माझ्याशी इमानदारीनं वागलास, तर मी तुला अशी कला शिकवेन, ज्यामुळे तू जमिनीत कुठेही पुरलेलं धन, रत्ने यांचा शोध घेऊ शकशील. मग काय, तू तर मालामालच होशील, त्यासाठी आहेस तयार?''

''त्यावेळी मी लालसेपोटी त्याच्या बोलणाऱ्यावर विश्वास ठेवला. तेव्हा हा विचारसुद्धा केला नाही, की इतकं वाईट वागूनही तो मनुष्य मला मदत का करू इच्छित असेल? त्यानं मला एक औषध देत सांगितलं, 'हे एक चमत्कारिक औषध आहे. हे

औषध डोळ्यांत घातल्यावर तुला जमिनीत असलेलं धन, सोनं, रत्नं दिसू लागेल. त्यानंतर तू सहजरीत्या ते बाहेर काढू शकशील.' मी ते औषध डोळ्यात घातलं आणि त्याचक्षणी अंध झालो. वास्तविक त्याने माझा बदला घेण्यासाठीच हे नाटक केलं होतं. त्यानंतर त्याने मला इथे आणून पिंजऱ्यात कैद केलं. तेव्हापासून मी या ठिकाणी तडफडत आहे. पण आता मला केलेल्या कर्मांचा पश्चात्ताप होतोय. अशी वेळ कोणावरही येऊ नये. यासाठीच मी सर्वांना संदेश देतोय, 'जसं कराल, तसं भराल' जेणेकरून लोकांनी यातून काही शिकावं.''

हातिमला त्या पश्चात्तापदग्ध माणसाची दया आली. हातिमने त्याला विचारलं, 'तुमची दृष्टी परत येईल असा काही उपाय आहे का?' त्यावर तो वृद्ध माणूस म्हणाला, 'उपाय आहे पण तिथपर्यंत पोहोचणं फार कठीण आहे. त्यासाठी एक विशेष प्रकारची वनस्पती आहे, जी घनदाट जंगलात मिळते. तिचा रस जर डोळ्यात टाकला तर दृष्टी परत येईल. पण समस्या ही आहे, की त्या वनस्पतीभोवती विषारी साप, विंचू फिरत असतात. शिवाय जो कोणी ती वनस्पती घेण्यासाठी जाईल, तो जिवंत परतणार नाही.'

परोपकारी हातिमने त्या वृद्ध माणसाला आश्वासन देत सांगितलं, ''तो चारा मी तुझ्यापर्यंत आणून देईन.'' हातिम जादूई गालिच्यावर बसून वृद्ध माणसाने सांगितलेल्या ठिकाणी पोहोचला. त्याने अस्वलीण पत्नीने दिलेला जादूई मणी जमिनीवर ठेवला. त्या मण्याच्या प्रभावाने तेथे असलेले विषारी साप, विंचू यांचा मृत्यू झाला. हातिमने मनोमन धन्यवाद दिले आणि तो ती वनस्पती घेऊन अंध वृद्धाकडे परतला. त्याने त्या वनस्पतीचा रस काढून वृद्ध माणसाच्या डोळ्यात घातला. परिणामी त्याला दृष्टी प्राप्त झाली. त्याने हातिमचे खूप आभार मानले. शिवाय हातिमला आशीर्वादही दिले. त्यानंतर हातिमने त्याला जादूई गालिच्यावर बसून त्याच्या नगरामध्ये सोडले.

या परोपकाराबद्दल कृतज्ञता म्हणून त्या वृद्ध माणसाने हातिमला भेट म्हणून धनदौलत देण्याची इच्छा व्यक्त केली. पण हातिमने नकार दिला. हे सगळं त्याने कुठल्याही लोभाच्या उद्देशानं मुळीच केलं नव्हतं. **'इतरांचं भल कर आणि विसरून जा'** हाच नि:स्वार्थी विचार त्याच्या मनात होता. रस्त्यात त्याला दुःखी आणि चिंतीत लोक भेटताच तो नि:स्वार्थीपणे त्यांचं दुःख दूर करत होता.

आता हातिमला हुस्नबानोच्या तिसऱ्या प्रश्नाचं उत्तर सापडलं होतं म्हणून तो मोठ्या उत्सुकतेनं तिला सांगण्यासाठी लगबगीने तिच्या महालाकडे निघाला.

अध्याय ८

कोण बनेल क्षमापती

तिसऱ्या प्रश्नाचा प्रयोग

हातिमच्या कथेतून आपल्याला तिसरा मोलाचा संदेश मिळतो. तो म्हणजे, 'पेराल तेच उगवेल.' निसर्गाचा एक नियम आहे, 'मनुष्य त्याचे विचार आणि कर्म यांनुसार स्वतःच कर्मबंधनं तयार करतो. मग याच कर्माचं फळ 'भाग्य' बनून त्याच्या समोर प्रकटतं. मनुष्याच्या मनात कर्म या संकल्पनेविषयी साधारणतः दोन गैरसमजुती असतात–

१. कर्म म्हणजे केवळ बाह्य कृती होय. थोडक्यात, एखाद्यानं शिवीगाळ केली, तर ते वाईट कर्म समजलं जातं. पण एखाद्यानं केवळ मनातल्या मनात शिवी दिली, तर ते दुष्कर्म समजलं जात नाही.

२. मनुष्याचं कर्मबंधन हे केवळ सजीव वस्तूंशी संबंधित असतं. निर्जीव वस्तूंसोबत कर्मबंधन तयार होऊच शकत नाही.

या दोन्ही अत्यंत चुकीच्या समजुती आहेत. कारण आपले विचार आणि भावना म्हणजे एक प्रकारचं कर्मच आहे. मग या कर्मांचं बंधन तयार होणारच. तुमच्या मनातील भाव जर नकारात्मक असतील, तर तुम्ही नक्कीच कर्मबंधनांत अडकाल. द्वेष, तिरस्कार, क्रोध, अहंकार अशा नकारात्मक भावनांमुळे मनुष्य कर्मबंधनांमध्ये जखडतो. इतकंच

काय तर निर्जीव वस्तू हाताळतानाही जर निष्काळजीपणा असेल, तर त्यामुळेदेखील कर्मबंधन तयार होतं. कारण निर्जीव वस्तूंमध्येही चैतन्य असतं.

आता विज्ञानानं एक गोष्ट सिद्ध केली आहे. ती म्हणजे, प्रत्येक सजीव आणि निर्जीव वस्तू म्हणजे एक विशिष्ट तरंग आहेत. आपलं शरीरही एक विशिष्ट तरंग (ऊर्जा) आहे. या विश्वात असे अनेक संत, महापुरुष आणि योगीजन होऊन गेलेत, ज्यांनी तपश्चर्येच्या आणि ध्यानसाधनेच्या माध्यमातून हे सत्य प्रकाशात आणलं. ते म्हणजे, 'सर्वांमध्ये एकाच परमेश्वराचा वास आहे. दगडातही देव आहे. अर्थात प्रत्येक सजीव-निर्जीव वस्तूत केवळ एकच परमचैतन्य आहे.'

कर्मबंधनांतून मुक्त कसं व्हाल

भाव, विचार, वाणी आणि क्रिया यांमुळे मनुष्य प्रत्येक क्षणी कर्मबंधनं तयार करत असतो. या सर्व बंधनांतून तो जेव्हा मुक्त होतो, तेव्हा त्याच्यासाठी मोक्षाचं द्वार खुलं होतं. पण ही कर्मबंधनं तयारच होऊ नयेत, यासाठी नेमकं काय करायला हवं?

याचं उत्तर आहे, मनुष्यानं प्रत्येक कर्म 'अकर्ता' भावनेतून करायला हवं. आता 'अकर्ता भाव' म्हणजे काय, हे समजून घेऊया. 'प्रत्येक कर्म ईश्वरच माझ्याकडून करवून घेतोय. मी कर्ता नसून केवळ एक निमित्त (माध्यम) आहे', या समजेसह केलेल्या कर्मामुळे कोणतंही बंधन तयार होत नाही. मग जीवनातील प्रत्येक घटनेकडे मनुष्य 'साक्षी भावनेनं' पाहू लागतो. परिणामी, त्याच्याकडून होणाऱ्या कोणत्याही कर्माचं बंधन तयार होत नाही. अन्यथा मनुष्याचा अहंकार त्याला दुष्कृत्य करण्यासाठी भाग पाडतो. मग तो प्रत्येक कामाचं श्रेय घेऊ लागतो आणि पर्यायानं कर्मबंधनांच्या जाळ्यात अडकत जातो.

कुरुक्षेत्रावर श्रीकृष्णानं अर्जुनाला मार्गदर्शन केलं आणि त्याला त्याच्या मूळ स्वरूपात स्थापित केलं. परिणामी, त्याच्या मनावर साचलेलं मोह, आसक्ती, संशय आणि दुःख यांसारख्या विकारांचं मळभ नाहीसं झालं. जणू त्याचा अहंभाव, अहंकार ('मी'पणा) नष्ट झाला. कर्ताभावनेचा त्याग केल्यानं अर्जुनाला, 'मी कर्ता नसून केवळ ईश्वरच माझ्याकडून हे कार्य करवून घेत आहे. तोच एकमात्र कर्ता असून मी तर केवळ साक्षी आहे' या सत्याचा साक्षात्कार झाला. अर्जुनानं या उच्च भावनेत राहून स्वतःचं कर्तव्य पार पाडलं, स्वकियांविरुद्ध युद्ध केलं. खरंतर या युद्धात अर्जुनाच्या हातून रक्तपात झाला, पण त्या कर्माचं कुठलंही बंधन बनलं नाही. कारण आता अर्जुनाच्या मनात कोणताही अहंभाव, कर्ताभाव नव्हता. त्याचं प्रत्येक कर्म आता 'अकर्म' झालं

होतं. जणू साक्षात भगवान श्रीकृष्णच (सेल्फच) अर्जुनाच्या शरीराद्वारे अभिव्यक्ती करत होते.

कर्मबंधन विलीन कसं कराल

'अकर्ता' भावनेनं कर्म करणं हे अशक्य नसलं, तरी सर्वसामान्य मनुष्यासाठी नक्कीच कठीण आहे. यासाठी नियमित सत्यश्रवण, पठण, मनन, निःस्वार्थी सेवा आणि गुर्वाज्ञेचं पालन या गोष्टी अत्यंत महत्त्वाच्या आहेत. अन्यथा काही लोक थोडं काम करताच त्याचं श्रेय घेतात. म्हणून आपलं मन जोपर्यंत अकर्ता भावनेत स्थिर होत नाही, तोपर्यंत कर्माचं बंधन बनत राहतं. पण अशी एक युक्ती उपलब्ध आहे, ज्यामुळे तयार होणारं बंधन विलीन होऊ शकतं आणि ती युक्ती आहे, 'क्षमासाधना'.

क्षमासाधनेची जादू

क्षमा... मनुष्याचा आंतरिक गुण आहे... हृदयाच्या गाभाऱ्यातून उमटणारा भाव आहे. पण आजकाल एखादी चूक होताच केवळ 'सॉरी' म्हणून पुढे निघून जाण्याची सवय रूढ होत आहे. पण केवळ 'सॉरी' म्हणणं किंवा स्वतःची चूक समजूनही मनातल्या मनात कुढत बसणं ही क्षमायाचना करण्याची योग्य पद्धत नक्कीच नाही. बरेच लोक एखाद्याला क्षमा करताना 'मी तुला माफ केलंय' असं वरवर बोलतात; पण त्यांच्या मनातील द्वेषभाव मात्र पूर्वीसारखाच असतो. यासाठीच चौथ्या पावलावर आपण क्षमा मागण्याची आणि करण्याची योग्य पद्धत समजून घेणार आहोत.

क्षमा मागण्याची सोपी पद्धत

तुमच्याकडून दुखावल्या गेलेल्या मनुष्यासमोर थेटपणे क्षमायाचना करताना तुम्हाला संकोच वाटत नसेल तर तुम्ही स्पष्ट शब्दांत क्षमा मागायला हवी-

'मी तुम्हाला माझे भाव, विचार, वाणी आणि क्रियेद्वारे जे दुःख पोहोचवलंय, त्याबद्दल मी तुमची क्षमा मागतो. भविष्यात अशी चूक माझ्याकडून पुन्हा होणार नाही, याची मी काळजी घेईन.'

कमीत कमी आपल्या जवळच्या नातेवाइकांबाबत हा उपाय निश्चितच अवलंबायला हवा. समोरासमोर आणि स्पष्टपणे क्षमा मागितल्यास मनातला मळ त्वरित निघून जातो. नातेसंबंधांवर चढलेली दुःखं, क्रोध आणि संशयाची पुटं गळून पडतात. एखादा मनुष्य जेव्हा क्षमा मागतो, तेव्हा इतरांनाही त्यांच्या चुकांची जाणीव होते. जो मनुष्य केवळ अहंकारापोटी स्वतःच्या चुका मान्य करत नाही, तोदेखील मनमोकळेपणाने

चुका मान्य करतो. परिणामी, सर्वांच्याच आयुष्यात कर्मबंधनांची मालिका खंडित होते.

एखाद्याच्या समोर जाऊन क्षमा मागणं तुम्हाला जर जमत नसेल तर मनोमन त्या व्यक्तीची क्षमा मागावी. तुम्ही स्वतःमधील अपराधबोध दूर करण्यासाठी ईश्वराकडेही क्षमाप्रार्थना करू शकता-

मला, स्वतःला माफ करण्यासाठी मदत कर.
मला, स्वतःला साफ करण्यासाठी मदत कर.
मला, स्वतःचा स्वीकार करण्यासाठी मदत कर.
माझा इन-साफ कर.

येथे इन-साफचा अर्थ आहे, विचारांची आंतरिक सफाई. स्वतःला मनातल्या मनात सांगा, 'मी तुला माफ करतो. आजवर जीवनात माझ्याकडून जे काही झालं असेल, त्या सर्व गोष्टींसाठी मी तुला क्षमा करतो. कळत-नकळत जे काही कर्मबंधन तयार झालं आहे, त्या सगळ्यासाठी 'मी तुला क्षमा करतो. ईश्वरानंही मला क्षमा करावी. धन्यवाद... धन्यवाद... धन्यवाद...!'

आपल्याला क्षमा मिळाली आहे. ही अवस्था जाणत राहा. स्वतःला माफ करताच मन हलकं झाल्याची अनुभूती येईल.

ज्यावेळी तुम्हाला स्वतःची नव्हे तर इतरांची चूक दृष्टीस पडते, तेव्हा लगेच त्याला क्षमा करा. तसंच स्वतःसाठीही क्षमा मागा. कारण आपण त्याला शरीर म्हणून बघत असतो. त्याच्यातील चेतनेकडे आपलं लक्ष जात नाही. ही आपली मूळ चूक आहे. या चुकीसाठी तुम्हाला ईश्वराकडे क्षमाप्रार्थना करायची आहे.

मी ज्ञान असूनही किंवा अज्ञानापोटी या माणसांमध्ये दोष पाहतोय.
मी त्यांच्यात तुझं (ईश्वर, सेल्फ) दर्शन करू शकलो नाही.
मी दर्शन केलं अहंकाराचं, एका व्यक्तीचं आणि द्वेषाचं!
हा तर माझ्या पाहण्यातला दोष आहे.
या दोषासाठी मला क्षमा कर.
आम्हा दोघांनाही क्षमा कर.

आपल्याला जेव्हा घरात, बाहेर, देशात, विश्वात एखादी समस्या दिसेल तेव्हा ही क्षमाप्रार्थना करा-

'हे ईश्वरा,
माझ्या विचारांनी या समस्येत जे काही
थोडंफार नकारात्मक योगदान झालं असेल
त्यासाठी कृपया मला क्षमा करा.'

अशाप्रकारे आपण क्षमाप्रार्थनेचं महत्त्व जाणून ती शिकलो. जेव्हा एखाद्याविषयी तुमच्या मनात द्वेष जागृत होईल, कोणाविषयी तक्रार निर्माण होईल किंवा एखादी चूक घडेल तेव्हा ते बंधन लवकरात लवकर ही क्षमाप्रार्थना करून नाहीसं करा. कमीत कमी रात्री झोपण्यापूर्वी तरी नियमितपणे हा प्रयोग करा. दिवसभरातील सर्व घटना डोळ्यांसमोर आणा. एखाद्याप्रति मनात द्वेषभावना किंवा क्रोध असेल, तर मन मोठं करून त्यांची क्षमा मागा. शिवाय, त्यांच्या मांगल्यासाठी प्रार्थना करा. आजचं एकही कर्मबंधन उद्यासाठी शिल्लक ठेवू नका, जेणेकरून दुसऱ्या दिवशी कोणतीही नकारात्मक भावना तुम्हाला त्रस्त करणार नाही. शिवाय आपल्या जीवनातील समस्यांचं निराकरण होताना तुम्ही बघाल.

तुमच्यासाठी तिसरा प्रश्न

तुमच्यासाठी असलेला तिसरा प्रश्न तुम्हाला कर्मबंधनांतून मुक्त होण्यासाठी मदत करेल. या प्रश्नामुळे तुम्ही नेहमी सजग राहाल. यासाठी स्वतःला विचारा, **'कोण बनेल क्षमापती बाय माय क्षमादृष्टी?'** अर्थात 'माझ्या क्षमाशील दृष्टीमुळे कोण क्षमापती बनेल?'

कोण बनेल करोडपती, हे तर तुम्ही ऐकलंच असेल. पण आता 'माझ्या क्षमाशील दृष्टीद्वारे कोण बनेल क्षमापती?' हा एक आगळा-वेगळा प्रश्न तुम्ही वाचत आहात. याचाच अर्थ, आज तुमची क्षमादृष्टी कोणावर पडणार आहे? या प्रश्नामुळे काही चेहरे तुमच्यासमोर येतील, ज्यांचा तुम्ही द्वेष करत होता किंवा त्यांना कधी दुखावलं

होतं. मग तुम्हाला जाणवेल, की मला अमुक व्यक्तीची क्षमा मागण्याची गरज आहे. अशा वेळी त्वरित क्षमारूपी डस्टर फिरवा. जसं, आपण फळ्यावर काही अक्षरं लिहितो आणि ती पुसण्यासाठी त्यावरून डस्टर फिरवतो. म्हणजे फळा स्वच्छ होतो. अशा प्रकारे तुम्हाला जर कर्मबंधनातून मुक्त व्हायचं असेल, स्वातंत्र्याचा आनंद उपभोगायचा असेल तर क्षमेला आपल्या जीवनाचं अविभाज्य अंग बनवा. चला तर मग, क्षमेच्या किमयेला आपण एका कथेच्या माध्यमातून जाणून घेऊया.

एक छोटा दुकानदार होता. दुकान छोटं असलं तरी त्याचा व्यापार चांगला होत असे. त्यातून त्याची चांगली कमाई होत होती. त्यामुळे तो त्याच्या रोजगारावर खूश होता. एके दिवशी त्याला समजलं, की त्याच्या दुकानासमोर एक सुपरमार्केट उघडणार आहे. हे समजताच तो चिंताग्रस्त झाला, 'माझ्या दुकानासमोर एवढं मोठं सुपरमार्केट उघडणार आहे. आता माझ्या छोट्याशा दुकानात सामान घ्यायला कोण येईल? आता तर माझा सगळा व्यवसाय ठप्प होईल...'

या चिंताग्रस्त अवस्थेतच तो त्याच्या गुरूंकडे गेला आणि त्यांना सगळी हकीगत सांगितली. त्यानं गुरूंना विचारलं, ''या समस्येला मी सामोरा कसा जाऊ? आता तुम्हीच सांगा, मी काय करू?'' त्यावर गुरुजी म्हणाले, ''तू दररोज मॉर्निंग वॉकसाठी जातोस, तेव्हा काही क्षण दुकानासमोर उभं राहा आणि प्रेमळ नजरेनं डोळे भरून दुकानाकडे पाहा. शिवाय मनापासून तुझ्या दुकानाची क्षमा माग.''

हे ऐकून त्या मनुष्याला क्षणभर आश्चर्य वाटलं, मला माझ्या दुकानाची नेमकी कोणत्या गोष्टीकरता क्षमा मागायची आहे? तेव्हा गुरुजी म्हणाले, ''हे दुकान तुला इतके दिवस रोजगार देत होतं, तुझ्या कुटुंबाचं पालन-पोषण करत होतं. पण एकदा तरी तू त्याचे आभार मानले का? या चुकीसाठी तुला नक्कीच क्षमाशील व्हायला हवं.''

''इतकंच काय तर जे सुपरमार्केट बनत आहे त्याचीदेखील तुला क्षमा मागायची आहे. कारण त्या सुपरमार्केटविषयी तुझ्या मनात नकारात्मक विचार आले, तू त्याचा तिरस्कार केलास.'' त्या मनुष्याला निर्जीव दुकानाची क्षमा मागण्यामागचं कारण काही केल्या समजत नव्हतं. पण तरीही गुरूंची आज्ञा शिरसावंद्य मानून त्यानं क्षमासाधना केली.

एका महिन्यानंतर तो परत गुरुजींकडे येऊन म्हणाला, ''गुरुजी, मी माझं दुकान बंद करत आहे.'' गुरुजींनी विचारलं, ''का बरं?'' यावर दुकानदार आनंदी होऊन म्हणाला, ''कारण जे सुपरमार्केट सुरू होतं आहे, तेच मला चालवायला दिलं आहे.''

त्याचं बोलणं ऐकून गुरुजी खूप प्रसन्न झाले. त्यांनी विचारलं, "हा चमत्कार कसा झाला?" तेव्हा त्यानं सांगितलं, "मी रोज सकाळी फिरायला जात होतो. तेव्हा तुम्ही सांगितल्याप्रमाणे, दुकान आणि सुपरमार्केट या दोघांची मी मनापासून क्षमा मागत होतो आणि त्यांना धन्यवादही देत होतो. तसंच त्या सुपरमार्केटचा मालकही फिरण्यासाठी येत असे. तिथेच माझी त्याच्याशी मैत्री झाली. मी करत असलेल्या क्षमासाधनेचं कारण त्यानं एकदा मला विचारलं. मी त्याला सगळी हकीगत सांगितली. त्याला ही गोष्ट इतकी आवडली, की तो तात्काळ मला म्हणाला, "तुझी विनम्रता, सचोटी आणि काम करण्याचा अनुभव पाहून मी अगदी भारावून गेलोय. म्हणून आजपासूनच मी तुला माझं सुपरमार्केट चालवण्याची ऑफर देतोय."

ही आहे क्षमेची जादू! जर त्या दुकानदाराच्या मनात सुपरमार्केटच्या मालकाविषयी तिरस्कार असता, तर त्यानं इतकी मोठी ऑफर दिली असती का? उदार मनानं असा व्यवहार केला असता का? खरंतर त्या दोघांमध्ये मैत्रीच झाली नसती. पण क्षमासाधनेमुळे त्या दोघांचेही विचार शुद्ध झाले. परिणामी, त्यांच्या जीवनात एक सकारात्मक वळण आलं.

क्षमासाधनेचा छोटा मंत्र- हेल्प

कधी कधी आपलं जीवन इतकं गतिमान असतं, जेणेकरून आपल्याला क्षमासाधनेसाठी पुरेसा वेळ देता येत नाही. पण मनात केवळ क्षमेची भावना निर्माण करून आपण क्षमासाधना करू शकतो. यासाठी मनात चुकीचा विचार येताच आपल्याला एका शब्दाचा पुनःपुन्हा उच्चार करायचाय. तो शब्द म्हणजे - '**हेल्प**' (HELP)

आता या शब्दाचा सविस्तर अर्थ पाहूया-

एच - हील (ठीक करा)

ई - एव्हरी (या घटनेशी संबंधित असणारी प्रत्येक गोष्ट)

एल - लकीर (कर्मबंधन)

पी - प्रवृत्ती

'हेल्प' म्हणजे ईश्वराकडून मागण्यात आलेली मदत, जी आपल्याला सर्व कर्मबंधनांतून मुक्त करते. तुम्ही हृदयाच्या गाभ्यापासून, अंतःकरणपूर्वक हा शब्द उच्चारल्यास, या शब्दाचा फार मोठा प्रभाव दृष्टीस पडतो. यासाठी निदान 'हेल्प' हा

शब्द उचारण्याची सवय करून घ्यायला हवी. लक्षात घ्या, जेव्हा तुम्ही ईश्वराकडून हेल्प मागता, तेव्हा तुम्हाला जणू गुरूंचं दर्शन होतं. जेव्हा तुम्ही गुरूंकडे याचना करता म्हणजेच त्यांच्याकडून 'हेल्प' घेता, तेव्हा साक्षात ईश्वरच तुम्हाला मदत करत असतो. पण जेव्हा तुम्ही दोघांकडून हेल्प मागता, तेव्हा दोघांचीही मदत तुम्हाला प्राप्त होते आणि मग तुम्ही बनता, निःस्वार्थ जीवन जगणारे हातिम!

अध्याय ९

सत्याचा विजय निश्चित

चौथा प्रश्न

हातिम तिसऱ्या प्रश्नाचं उत्तर प्राप्त झाल्यानंतर लगेच हुस्नबानोकडे गेला. हातिमच्या साहसी, निर्भयी स्वभावावर आणि यशश्री खेचून आणण्याच्या त्याच्या सवयीवर हुस्नबानो खूप प्रसन्न होती. आजवर तिच्या पहिल्या प्रश्नाचं उत्तरसुद्धा कोणी शोधू शकलं नव्हतं. पण हातिमनं तर तीन प्रश्नांची उत्तरं व्यवस्थितरीत्या शोधून काढली होती. आता वेळ होती चौथ्या प्रश्नाची!

"मी तुझ्या निश्चयी आणि निःस्वार्थी स्वभावाची कदर करते. आता तुला **'सत्यवादी सदा सुखी'** ही ओळ कोणी म्हटली, हे शोधायचंय.'' चौथा प्रश्न ऐकून हातिम नव्या उमेदीनं, आपल्या पुढच्या शोधमोहिमेसाठी निघाला.

हातिमचा प्रवास हा रहस्यमयी आणि आश्चर्यांनी भरलेला होता. चालता-चालता तो अशा एका रहस्यमयी जादूई जागेवर पोहोचला, जिथे पऱ्यांचं राज्य होतं. तिथल्या सौंदर्यवती राणीच्या मोहात अडकून हातिमला तिच्याशी विवाह करण्याची इच्छा झाली. पण ज्याक्षणी हातिमने राणीशी विवाह करण्याची इच्छा प्रदर्शित केली, त्याच क्षणी पऱ्यांचा तो जादूई राजवाडा अदृश्य झाला. हे पाहून हातिम गोंधळून गेला.

त्याची गोंधळलेली अवस्था पाहून एक वृद्ध माणूस प्रकट झाला. त्याने हातिमचा हात धरून त्याला पुन्हा जादूई नगरीत पोहोचवलं.

त्या वृद्ध माणसाने हातिमला सांगितलं, "तू राणीशी लग्न कर. जेणेकरून राणीच्या दुष्ट राक्षसी जादूगार पित्याला चांगली अद्दल घडेल." हातिमने त्या दुष्ट जादूगार राक्षसाचा निर्भयतेनं सामना केला. जादूगाराने हातिमवर अनेक वार करून त्याच्यावर जादूई मंत्राचा प्रभाव पाडण्याचा प्रयत्न केला. पण व्यर्थ! हातिमकडे असणाऱ्या जादूई मण्याच्या प्रभावामुळे तो सुरक्षित राहिला.

हातिमच्या मण्यासमोर जादूगाराच्या जादूचा यत्किंचितही प्रभाव पडला नाही. शेवटी त्याने मोठ्या चातुर्यानं जादूई राक्षसाला ठार मारलं. जादूगार मेल्यानंतर त्या राणीचं सर्व दुःख संपुष्टात येऊन इतर सर्व पऱ्याही स्वतंत्र झाल्या. मग हातिमने पऱ्यांच्या राणीशी लग्न केलं. काही दिवस सुखाने संसार केल्यानंतर, त्याला मुनीरशहाला दिलेल्या वचनाची आठवण झाली. म्हणून हातिम पत्नीची परवानगी घेऊन चौथ्या प्रश्नाच्या उत्तराच्या शोधार्थ निघाला.

अशा प्रकारे तो अनेक जोखीम घेत करम या शहरात पोहोचला. तेथे गेल्यावर त्याला समजलं, त्या शहराच्या एका महालावर '**सत्यवादी सदा सुखी**' ही ओळ लिहिली आहे. हातिम त्या महालाची चौकशी करत त्याच्या ध्येयापर्यंत पोहोचला.

महालाच्या दरवाजावर पोहोचताच हातिमने शिपायाकरवी निरोप पाठवला की, मला या महालाच्या मालकाला भेटायचंय. हातिमचा निरोप मिळाल्यावर महालाचा मालक त्याला भेटायला आला. तो माणूस वृद्ध दिसत असला तरी, त्याची ऐटदार चाल, चेहऱ्यावरील चमक आणि शरीरयष्टी ही एखाद्या तरुणालाही लाजवणारी होती. त्यानं हातिमचं मनःपूर्वक स्वागत केलं. प्राथमिक परिचय दिल्यानंतर हातिमनं त्याला आपली सगळी हकिकत सांगितली. हातिम त्या वृद्धाला म्हणाला, मला 'सत्यवादी सदासुखी' या ओळीचं रहस्य समजून घ्यायचं आहे. शिवाय तुमच्या जीवनात या ओळीची भूमिका काय आहे आणि तुम्ही महालावर ही ओळ का लिहिली आहे, हेसुद्धा जाणून घ्यायचंय."

हातिमच्या विनंतीनुसार त्या वृद्ध माणसाने आपली कथा सांगण्यास सुरुवात केली, "मी तरुणपणी एक चोर होतो. मी नेहमी मोठमोठ्या चोऱ्या करत असे. त्याबरोबरच मला जुगार खेळण्याचीही वाईट सवय होती. मी मित्रांच्या बोलण्याला भुलून त्यांना माझ्याजवळील पैसे द्यायचो. पण मित्र मला नेहमी फसवायचे. अशा प्रकारे

मी चोरी करून धनवान तर बनत होतो, पण पुनःपुन्हा जुगार खेळून आणि वाईट मित्रांच्या संगतीने परत ते धन गमवायचो. पण या दुर्गुणासोबत माझ्यात एक सद्गुण देखील होता. तो म्हणजे, 'कोणत्याही परिस्थितीत नेहमी खरं बोलणं.' अशा प्रकारे माझं जीवन व्यतीत होत होतं.''

''एकदा मी राजाच्या महालात चोरी करून खूप धन आणि दागिने पळवले. त्यावेळी मी सैनिकांपासून वाचलो आणि एका जंगलात पळून गेलो. तेथे मला काही लोक भेटले. त्यांनी मला जंगलात लपण्याचं कारण विचारलं. खरंतर माझ्याकडे खूप धन असल्याचं मला त्यांना सांगायचं नव्हतं. पण माझ्या खरं बोलण्याच्या सवयीमुळे, मी त्यांच्याशी खोटं बोलू शकलो नाही. माझ्या तोंडून सत्य ऐकताच त्यांचे डोळे चमकले आणि शेवटी त्यांनी मलाच लुटलं.

''तेवढ्यात अचानक वीज कडाडली... जमीन हादरली. आकाशातून अचानक एक देवदूत प्रकट झाला, त्याला पाहून चोर घाबरून पळून गेले. त्या देवदूताने मला सांगितलं, ''तू एक सत्यवादी मनुष्य आहेस. तरीही तू चोरी आणि जुगार खेळण्यासारखी वाईट कामं का करतोस? तू जर मला या दोन्ही वाईट सवयींतून मुक्त होऊन चांगलं काम करण्याचं वचन दिलं तर मी तुझं नेहमी संरक्षण करेन.''

''देवदूताचं बोलणं ऐकून मी भानावर आलो. माझी खरं बोलण्याची एकच सवय आजवरच्या वाईट सवयींपासून, दुष्कृत्यांपासून मला वाचवू शकली. या एकाच सवयीमुळे देवदूतानं माझं संरक्षण केलं. मी त्याला वचन दिल्यावर, तो मला म्हणाला, 'जा आणि इमानदारीने एका नवीन जीवनाला सुरुवात कर.' असं बोलून तो देवदूत अदृश्य झाला.

''त्यानंतर मी वाईट काम करणं कायमचं सोडून दिलं आणि माझ्याजवळ असणाऱ्या धनाच्या, संपत्तीच्या जोरावर एक व्यवसाय सुरू केला. त्यात मला खूप यश

मिळालं. त्यानंतर मी हा आलिशान महाल बनवून सत्यनिष्ठ जीवन जगू लागलो. माझी सचोटी आणि इमानदारी पाहून माझे मित्र माझा मत्सर करू लागले. त्यांनी ईर्षेपोटी माझी तक्रार राजाकडे केली. शिवाय मीच राजाच्या महालात चोरी केल्याची बातमी त्यांनी राजापर्यंत पोहोचवली.

"राजाने मला दरबारात बोलावलं, तेव्हा तर मी खूपच घाबरलो होतो. कारण आता राजा मला निश्चितच मृत्युदंडाची शिक्षा देईल, असं मला वाटलं होतं. पण माझ्या सत्य बोलण्याच्या सवयीमुळे राजा भारावून गेला. तो म्हणाला, "तू सत्यवादी, सत्यमुखी आहेस. शिवाय तू वाईट काम करणं आता सोडून दिलं आहेस. म्हणून मी तुला क्षमा करतो. आता पुढील आयुष्य प्रामाणिकपणे व्यतीत कर.''

"अशा प्रकारे मी माझ्या जीवनात व्यवसाय, प्रतिष्ठा, धन, सुख सर्व काही कमावलं होतं. राजाने मला क्षमा केल्यानंतर, मी त्याचा चांगला मित्र बनलो होतो. ज्या एका सद्गुणामुळे माझं भाग्य उजळलं, तो इतरांनाही समजला पाहिजे. त्यांनी सुद्धा हा सद्गुण आत्मसात केला पाहिजे, या उद्देशापोटी मी माझ्या महालाच्या दारावर **'सत्यवादी सदा सुखी'** हे शब्द कोरले आहेत. याचाच अर्थ सत्य बोलणारा मनुष्य नेहमी आनंदी राहतो. ''

हातिमला त्या वृद्धाची कथा खूपच रंजक वाटली. त्याने त्या वृद्ध माणसाचे आभार मानले आणि चौथ्या प्रश्नाचं उत्तर गवसल्याने तो घाईघाईतच हुस्नबानोकडे निघाला.

अध्याय १०

जे मिळालंय, ते किती किलोचं

चौथ्या प्रश्नाचं मूल्य

हातिमच्या चौथ्या प्रश्नाच्या उत्तराचा शोध आपल्याला एक महत्त्वपूर्ण संदेश देतो. 'आपण कोणत्याही परिस्थितीत असत्य आणि कपटीपणा यांपासून दूर राहून नेहमी सत्यनिष्ठ जीवन जगायला हवं.'

कित्येकदा मनुष्य अनेक कारणांमुळे खोटं बोलत असतो. कधी जाणूनबुजून, कधी हतबल होऊन तर कधी अजाणतेपणानं... पण काही असत्य गोष्टी तर इतक्या सूक्ष्म स्तरावर असतात, की त्या असत्य असल्याचं त्याच्या लक्षातही येत नाही. नकळतपणे मनुष्य खोटं बोलतच राहतो; स्वत:शी आणि इतरांशीदेखील!

दुहेरी जीवनाचं असत्य

मनुष्य जेव्हा लोभ, लालसेमुळे कपटीपणाने वागू लागतो, तेव्हा तो दुटप्पी, दुहेरी जीवन जगत असतो. तो इतरांना दाखवण्यासाठी एक आणि प्रत्यक्षात दुसरंच जीवन जगत असतो. मग आयुष्यभर त्याला संघर्ष करावा लागतो. परिणामी तो नेहमी शारीरिक आणि मानसिक तणावात जगतो. जसं काही लोक स्वत:कडे पैसे नसले तरी खोट्या प्रतिष्ठेपायी उधार घेऊन, कर्ज काढून ऐशोआरामात जीवन जगतात. पण शेवटी

त्यांचा कारभार कधी ना कधी उघडा पडतो आणि त्यांच्या घरावर लिलावाची वेळ येते. अशाप्रकारे दुहेरी जीवन जगणारा मनुष्य मोहमायेत अडकून स्वतःचं नुकसान तर करून घेतोच. शिवाय, इतरांनाही कपट करण्यास भाग पाडतो. म्हणजेच तो खंडीत जीवन जगतो.

लालसा आणि असत्य

लालसेपोटी मनुष्य अनावश्यक बोलून, लहानसहान गोष्टीमध्ये कारण नसताना गुंतत जातो. त्याला वाटतं, 'थोडं खोटं बोलण्यानं कुणाला काय फरक पडणार आहे?' खरंतर निसर्गाने मनुष्यासाठी सर्व गोष्टी मुबलक प्रमाणात बनवल्या आहेत. शिवाय त्या मिळवण्याचं साधन आणि उपायदेखील उपलब्ध करून दिले आहेत. पण अज्ञानवश मनुष्य विचार करतो, 'जोपर्यंत एखादी गोष्ट मी कोणाकडून हिसकावून घेणार नाही, तोपर्यंत मला ती मिळणारच नाही.'

काही लोक आपली क्षमता इतरांसमोर प्रदर्शित करून स्वतःचं महत्त्व अधोरेखित करतात. त्यासाठी खोटं बोलायला लागलं तरी बेहत्तर! कारण त्यांना आत्मस्तुती ऐकायला आवडते. कधीकधी खोटं बोलण्याच्या सवयीवर आनंदित होऊन, इतरांनाही ते स्वतःचे किस्से सांगतात, 'मी त्या माणसासमोर अशा प्रकारे खोटं बोललो आणि त्यानंही माझ्यावर चक्क विश्वास ठेवला. म्हणून माझं काम झालं. मी त्याला कसं वेड्यात काढलं ना!'

काही लोक नेहमीच खोटं बोलण्याच्या सवयीमुळे त्रस्त असतात. कधी घरी असताना मुलांना सांगतील, ''बाळा, माझ्या ऑफीसमधून फोन आला ना तर सांग, की बाबा आजारी आहेत, डॉक्टरांकडे गेलेत...'' मग ते पाहून मुलंदेखील आईवडिलांशी खोटं बोलतात. दिवसभर मित्रांसोबत मजामस्ती करून घरी पोहोचल्यावर आईला सांगतात, ''मी नोकरीसाठी दिवसभर वणवण भटकलो, पण कुठेही मला नोकरी मिळाली नाही. मी खूप थकलो आहे. आता थोडासा आराम करतो.'' काही लोक ऑफिसमध्ये पोहोचायला उशीर झाल्यावर खोटी कारणं सांगून वेळ मारून नेतात. काहीजण इतरांनी केलेल्या कामाचं श्रेय स्वतः लाटतात. होमवर्क पूर्ण झाला नाही, तर विद्यार्थी शिक्षकांशी खोटं बोलतात.

मनुष्यानं स्वतःच्या दिनचर्येकडे प्रामाणिकपणे पाहिलं, तर त्याच्या लक्षात येईल, की तो दिवसभरात अशा प्रकारे कितीतरी वेळा खोटं बोलतो.

केवळ इतरांशी नव्हे तर तो स्वतःशी देखील खोटं बोलतो. जसं- 'मी खूप थकलो आहे. आता मला आराम करावा लागेल. आजकाल थोडंफार खोटं बोलावंच लागतं. मी तर कमनशिबी आहे. मी खोटं बोललो नाही, तर माझ्या हाताखालील लोक कामचुकारपणा करतील...'

खरंतर अज्ञानच मनुष्याला खोटं बोलायला भाग पाडतं. मग खोटं बोलणं ही सवयच बनते. इतकंच काय तर ही सवय कधी कधी व्यसनातही बदलते. लहानसहान गोष्टीत खोटं बोलणं हा चुकीचा संस्कार आहे. परिणामी, मनुष्य कर्मबंधनात अडकतो. मग भविष्यात त्याला याचं दुःखद फळ भोगावंच लागतं.

उच्च चेतनेसोबत केलेलं कपट म्हणजे 'महाकपट'!

खोटं बोलणं, एखाद्याशी कपटीपणानं वागणं, फसवणूक करणं हे चुकीचं कर्म आहे. ज्याचा परिणाम नेहमी वाईटच होतो. पण सर्वांत मोठं कपट कोणतं आहे बरं? जे कपट उच्च चेतनेसोबत केलं जातं, ते तर 'महाकपट' असतं. गुरूंची चेतना सर्वोच्च असते, त्यामुळे गुरूंशी बोललेलं असत्य हे महाकपटच म्हणायला हवं. महाभारताच्या कथेत कर्ण हा एक दानशूर, महान योद्धा होता. पण तो त्याच्या गुरूंशी म्हणजेच परशुरामांशी शस्त्रविद्या शिकण्यासाठी खोटं बोलला. त्यानं आपला खरा परिचय गुरूंपासून लपवला. त्याला या खोटं बोलण्याचं फळ एका शापाच्या स्वरूपात मिळालं. ज्या दिवशी त्याला या विद्येची नितांत गरज होती, त्या दिवशीच ती निष्प्रभ ठरली.

ज्याप्रमाणे डॉक्टरांपासून आपला आजार लपवून रोगी स्वतःचंच नुकसान करून घेतो, त्याचप्रमाणे गुरूंशी खोटं बोलणं म्हणजे स्वतःच्या पायावर कुऱ्हाड मारण्यासारखंच आहे. म्हणून गुरूंशी खोटं न बोलणंच श्रेयस्कर असतं.

सत्याचं महत्त्व

सत्संगामुळे मनुष्याला दोन महत्त्वपूर्ण गोष्टींची समज मिळते. पहिली म्हणजे त्याला कर्मसिद्धान्ताची समज मिळते आणि दुसरी मनुष्याला निसर्गाचे नियम समजतात. निसर्गानं सर्वांसाठी सर्व काही मुबलक प्रमाणात बनवलं आहे. त्यामुळे यशस्वी होण्याकरिता कपट करण्याची मुळीच गरज नाही, हे मनुष्याला सत्संगामुळे समजतं. सत्याचं ज्ञान अवगत केल्यानं मनुष्याची सजगता वाढून तो असत्य, खोटं बोलण्यापासून स्वतःला रोखू शकतो.

यासाठी 'मी कपट न करता नेहमी सत्यनिष्ठ जीवन जगेन', हा निश्चय करायला

हवा. भूतकाळात किंवा अज्ञानात जे कपट तुमच्याकडून घडलंय, त्यासाठी ईश्वर, गुरू (सेल्फ) यांची क्षमा मागा. तुम्ही समोरासमोर जरी क्षमा मागू शकला नाहीत, तरीही मनातल्या मनात अवश्य क्षमा मागा. जेणेकरून भूतकाळातील चुकीच्या कर्मबंधनांतून तुम्ही मुक्त व्हाल.

तुमच्यासाठी चौथा प्रश्न

बाह्य जगात असत्य बोलणं यापेक्षाही स्वतःशी खोटं बोलणं, नेहमीच धोकादायक असतं. यासाठी चौथा लाखमोलाचा प्रश्न समजून घ्यायला हवा. जो तुमच्या मनातील समस्यांचं सहजतेनं निराकरण करेल. हा प्रश्न म्हणजे एक शक्तिशाली मंत्र आहे. तुमच्या जीवनात जेव्हा दुःखाचं आगमन होईल, मन कोणताही बहाणा करेल, तेव्हा स्वतःला एक प्रश्न विचारा, ***'जे मिळालंय ते किती किलोचं?'*** म्हणजे जे दुःख तुम्हाला मिळालंय त्याचं मूल्य काय?

तुम्हाला हा प्रश्न चमत्कारिक आणि अतार्किक वाटला, तरी हा प्रश्न आपण सखोलपणे समजून घेऊ.

'जे मिळालंय ते किती किलोचं... दुःख, वेदना, समस्या?
मी स्वतःला कोणतीही गोष्ट अतिरंजित करून सांगतो का?'

विचार करा, जीवनात आपल्याला काय काय मिळतं? मनुष्य दुःख, सुख, वेदना भोगतो. चांगलं-वाईट दृश्य बघतो. काही शब्द-अपशब्द त्याच्या कानावर पडतात. कधी कौतुकाचे बोलही ऐकायला मिळतात. पण या सर्व गोष्टींचं मूल्य किती असतं बरं? कारण या सर्व गोष्टींचा अंत हा ठरलेलाच आहे. मग दुःखानंतर सुख, आनंद येतच राहतं.

आता स्वतःला प्रामाणिकपणे हा प्रश्न विचारा, 'मला एखादी गोष्ट दुःखद वाटते. पण वास्तविक तिचं वजन, मूल्य ते किती?' समजा, तुम्ही एखादं काम केल्यानंतर म्हणता, 'मी खूप थकलोय.' आता अशा वेळी स्वतःला विचारा, 'मी खरोखरच खूप थकलोय का? माझं संपूर्ण शरीर थकलंय, की केवळ एखाद्या अवयवात

मला थकवा जाणवतोय? नेमका कोणत्या भागात थकवा आहे... कंबर, डोकं, पोट, पाठ, पाय?' थोडक्यात, या थकव्याचं मोजमाप काय?

समजा, एखादं दृश्य पाहून तुम्ही चिंताग्रस्त झालात, एखादी बातमी ऐकून तुमची चेतना कमी झाली, तर स्वतःला विचारा, 'या बातमीत तथ्य किती आहे? कदाचित ही बातमी पाच ग्रॅम एवढी असेल, पण मी मात्र तिला अधिक वजनाची, गंभीर समजून बसलोय.' कारण काही गोष्टींना आपण वाजवीपेक्षा जास्त किंमत देतो. पण वास्तवात त्या तितक्या गंभीर, वजनदार नसतात. त्यामुळेच स्वतःला नेहमी सत्य सांगायला हवं.

काही लोक इतरांच्या शब्दांना अधिक महत्त्व देतात. 'बायको असं म्हणाली... बॉसनं माझ्याशी बोलताना चुकीच्या शब्दांचा भडिमार केला... अमुक मनुष्यानं मला दुखावलं... त्यानं माझा अपमान केला...' अशा प्रकारे मनुष्य इतरांच्या शब्दांना अधिक महत्त्व देतो. शिवाय, त्यात अहंकाराची सरमिसळ करून त्या शब्दांचं वजन वाढवतो. पण इतरांचे नकारात्मक शब्द खरंच इतके गांभीर्यानं घेण्यासारखे असतात का? अशा शब्दांना नेमकं किती महत्त्व द्यायचं असतं?

तुम्हाला जेव्हा दुःखद भावना जाणवत असतील, तेव्हा स्वतःला विचारा, या भावनांना किती महत्त्व द्यायचं? याचं मूल्य ते काय? शिवाय त्या नेमक्या कोठे जाणवताहेत... हृदयाजवळ, नाभीच्या आसपास, डोक्याजवळ की इतर अवयवात? या भावनांचं वजन म्हणजेच त्यांची तीव्रता किती आहे? अशा प्रकारे, स्वतःला योग्य प्रश्न विचारल्यानं मनातील दुःख हळूहळू विलीन होईल.

केवळ दुःखातच नव्हे तर सुख, प्रशंसा, आनंद अशा प्रत्येक सुखद घटनेतही तुम्हाला हा योग्य प्रश्न विचारायचा आहे. मग तुम्ही नक्कीच सजग व्हाल. तुमची भावनांशी असणारी आसक्ती कमी होईल. आता भावना तुम्हाला मुळीच संभ्रमित करणार नाहीत. समजा, कोणी तुमचं कौतुक केलं, 'अरे! तू त्या पार्टीत किती स्मार्ट दिसत होतास. पूर्ण पार्टीत केवळ तूच आकर्षणाचा विषय ठरलास!' तर अशा वेळी मनात निर्माण होणाऱ्या सुखद भावनेकडे तटस्थपणे पाहा आणि स्वतःला विचारा, 'या सुखद भावनेचं, उत्तेजनेचं नेमकं वजन किती आहे? मी या भावनेला किती महत्त्व द्यायला हवं?'

दिवसभरात घडणाऱ्या घटनांमध्ये स्वतःला हा प्रश्न विचारून सजगता वाढवा. जेणेकरून एखादी गोष्ट अतिरंजित करून सांगण्याची तुमची सवय हळूहळू कमी होईल. अन्यथा या सवयीमुळेच मनुष्याचं दुःख अनेक पटीने वाढतं, जे कधी लक्षात येत नाही.

अध्याय ११

अहंकाराला 'स्व'ची आर्त हाक

पाचवा प्रश्न

हातिमला हुस्नबानोने विचारलेल्या चौथ्या प्रश्नाचं उत्तर मिळालं होतं. शिवाय, त्याला एक महत्त्वाची शिकवणही मिळाली होती. आता या गोष्टी हुस्नबानोला कधी सांगीन असं त्याला झालं होतं, म्हणून तो तत्परतेनं तिच्याकडे निघाला. हुस्नबानोही त्याची प्रतीक्षा करत होती. तिने अगदी उत्साहपूर्वक त्याचं उत्तर ऐकलं. आता वेळ आली होती, पाचव्या प्रश्नाची! ''हातिम, तुला 'कोह-ए-निदा' या पर्वताचं रहस्य शोधायचं आहे. त्या पर्वतातून नेहमी आवाज येत असतो... यामागे नेमकं काय रहस्य आहे, हे तुला शोधायचंय.'' हुस्नबानोने हातिमला पाचवा प्रश्न सांगितला. त्यानंतर हातिमने कोह-ए-निदा पर्वत शोधण्यासाठी प्रयाण केलं.

पुढे अनेक दिवस हातिमचं शोधकार्य सुरू होतं... तो अत्यंत कठीण अशा वळणावळणाच्या मार्गाने पुढे जात एका वस्तीजवळ आला. तिथे काही लोक एका प्रेताजवळ बसले होते. त्या वस्तीत एक प्रथा रूढ होती. वस्तीत कोणाचाही मृत्यू झाल्यास त्या मृत व्यक्तीचं तेव्हाच दफन केलं जायचं, जेव्हा त्या वस्तीत एखादा नवीन प्रवासी जायचा. शिवाय, अंत्यविधीपूर्वी त्या नवीन प्रवाशाला स्वादिष्ट भोजन दिलं जायचं.

म्हणूनच ते लोक नवीन प्रवासी येण्याची वाट पाहत बसले होते. इतक्यात हातिम तेथे पोहोचला. त्या गावकऱ्यांनी हातिमला गावात रूढ असणाऱ्या प्रथेबाबत माहिती दिली. प्रथेनुसार हातिमनं विश्रांती घ्यावी, तसेच त्यानं स्वादिष्ट भोजनाचा आस्वाद घ्यावा, अशी गावकऱ्यांनी विनंती केली. दीर्घ प्रवास करून कंटाळलेल्या हातिमला खरोखरच विश्रांतीची नितांत गरज होती. त्यामुळे त्यानं गावकऱ्यांच्या विनंतीचा स्वीकार केला.

वस्तीतील मुख्य लोकांशी, तिथल्या पुढारी लोकांशी बोलताना त्यानं स्वतःच्या प्रवासाचा उद्देश सांगितला, 'मी कोह-ए-निदा पर्वताचा शोध घेण्यासाठी इथे आलोय.' त्या वस्तीच्या पुढाऱ्यालाही कोह-ए-निदा या पर्वताविषयी माहिती होती. त्यानं हातिमला सांगितलं, वस्तीच्या दक्षिणेस हा पर्वत असून त्या दिशेनं जाणं म्हणजे फार मोठी जोखीम पत्करण्यासारखं आहे. कारण हा पर्वत मनुष्याला मृत्यूच्या मिठीत घेऊन जातो.

हातिमला 'कोह-ए-निदा' पर्वत वस्तीपासून जवळ असल्याचं समजताच त्याचा आनंद गगनात मावेनासा झाला. गावातील पुढाऱ्याचे आभार मानून तो पुढील प्रवासाला निघाला. काही दिवस पायपीट केल्यानंतर हातिम दुसऱ्या शहरात पोहोचला. शहरातील लोकांशी 'कोह-ए-निदा' पर्वताबाबत त्यानं विचारपूस केली. पण तिथल्या सैनिकांना हातिमचा संशय आल्याने त्यांनी हातिमला कैद करून शहराच्या राजासमोर उभं केलं. पण हातिमनं राजासमोर स्वतःच्या प्रवासाचा उद्देश स्पष्ट केला. ''मी स्वतः एक राजकुमार असून माझ्या मित्राला दिलेलं वचन पूर्ण करण्यासाठीच इथे आलोय'' या शब्दात त्यानं वस्तुस्थिती कथन केली.

राजाला हातिमच्या बोलण्यात तथ्य जाणवलं. तो हातिमच्या निःस्वार्थी आणि परोपकारी स्वभावाने प्रभावित झाला. राजा म्हणाला, ''हे राजकुमार हातिम, तू काही दिवस माझ्यासोबत या महालात राहा. मग कोह-ए-निदा पर्वताचं गूढ तुझ्यासमोर उकलेल.'' राजाच्या विनंतीचा स्वीकार करत हातिमनं त्याला धन्यवादही दिले.

एक दिवस राजा आणि हातिम भोजन करत होते आणि काय आश्चर्य! त्यांना एक भयावह आवाज ऐकू आला... जणू तो आवाज सर्वत्र घुमत होता... 'माझ्याकडे लवकर या... वेळ दवडू नका.' हा संमोहित करणारा आवाज 'कोह-ए-निदा' पर्वतातून येत होता. हातिम त्या आवाजाच्या दिशेनं जाऊ लागला, इतक्यात त्याला एक तरुण कोह-ए-निदा पर्वताकडे भरधाव वेगाने धावताना दिसला. त्या तरुणामागे त्याचे कुटुंबीयही पळत होते, जे त्याला रोखण्याचा जीवापाड प्रयत्न करत होते. पण तो

तरुण मात्र झपाटल्यासारखा पर्वताच्या दिशेने सर्व शक्ती एकवटून धावत होता.

हातिम उत्सुकतेपोटी त्या युवकाच्या कुटुंबीयांना भेटला. विचारपूस केल्यानंतर त्या युवकाचे असहाय कुटुंबीय म्हणाले, ''कोह-ए-निदा पर्वतातून येणारा आवाज ज्या व्यक्तीला संमोहित करतो, ती व्यक्ती देहभान विसरून केवळ त्या पर्वताच्या दिशेनं धावत सुटते. अशी व्यक्ती वेडीपिशी होऊन पर्वताकडे जाते पण कधीही न परतण्यासाठीच!''

माझं प्रेम मोहयुक्त आहे की मोहमुक्त?
Thank you for being in my life

ही हकिकत ऐकताच हातिम सुद्धा त्या तरुणाला वाचवण्यासाठी पुढे सरसावला. पण तो तरुण क्षणार्धात त्याच्या डोळ्यांसमोरून अदृश्य झाला आणि कोह-ए-निदा पर्वतावर पोहोचलादेखील. हातिमचं हृदय दुःखानं पिळवटून निघालं. आता गावातील लोकही हातिमनं पर्वतावर जाऊ नये, यासाठी विनवणी करू लागले. कारण पाचव्या प्रश्नाचं उत्तर शोधण्याच्या नादात आपले प्राणही जाऊ शकतात, हे हातिमला स्पष्ट जाणवलं होतं. पण तत्क्षणी त्याला मुनीरशाहला दिलेलं वचन आठवलं. हातिम आपल्या वचनपूर्तीसाठी आता कटिबद्ध होता.

काही वेळानं कोह-ए-निदा पर्वतातून पुन्हा एकदा आवाज निनादला. परत एक मनुष्य झपाटल्याप्रमाणे पर्वताच्या दिशेनं धावू लागला. हातिमदेखील त्या मनुष्याच्या मागोमाग वेगानं धावू लागला. त्या पर्वतावर एक किल्ला होता. किल्ल्याच्या मोठ्या खिडकीतून त्या मनुष्यानं आत उडी मारली. त्याच्या पाठोपाठ हातिमही खिडकीतून आत झेपावला. पण दुसऱ्याच क्षणी त्याला आश्चर्याचा धक्का बसला. कारण जो मनुष्य खिडकीतून आत झेपावला होता, त्याचा दुसऱ्याच क्षणी जमिनीवर आपटून मृत्यू झाला. शिवाय, तो ज्या ठिकाणी पडला होता, तिथे भला मोठ्ठा खड्डा तयार झाला, ज्यात तो मृत मनुष्य गाडला गेला. ती घटना पाहून हातिमचे डोळे विस्फारले गेले, आता त्याला या पर्वताचं रहस्य लक्षात आलं. हा साधारण पर्वत नसून एक 'नरभक्षक' पर्वत असल्याची

खात्री त्याला पटली. खरंतर स्वतःची भूक शमवण्यासाठीच हा पर्वत आवाजाच्या रूपात साद घालायचा. मग त्याचे संमोहित करणारे शब्द ऐकून लोक त्याला बळी पडायचे. हातिम मात्र त्या नरभक्षक पर्वतापासून स्वतःचं रक्षण करू शकला. कारण त्याच्याकडे असणाऱ्या जादुई मण्याच्या शक्तीपुढे पर्वताची ताकद नगण्य ठरली. आतापर्यंत आलेल्या अनुभवांमुळे हातिम आश्चर्यचकित झाला होता. पण तरीही त्याच्या मनात आनंदाची भावना होती. कारण हुस्नबानोनं विचारलेल्या अत्यंत कठीण अशा पाचव्या प्रश्नाचं उत्तर शोधण्यात तो यशस्वी झाला होता.

अध्याय १२

जशी हरी इच्छा

पाचव्या प्रश्नावर मनन

हातिमच्या कथेद्वारे आपण आध्यात्मिक शोधाचा प्रवास करत आहोत. ही पाचवी पायरी अत्यंत महत्त्वपूर्ण आहे. 'कोह-ए-निदा' ही अशी जागा होती, ज्या ठिकाणी पोहोचणाऱ्या मनुष्याचं अस्तित्वच नाहीसं व्हायचं. आता विचार करा, अशी कोणती जागा आहे, जिथे पोहोचल्यावर अहंकाराचं अस्तित्वच राहू शकत नाही? हे स्थान म्हणजे, 'स्वानुभव...' अर्थात आपल्या असीम अस्तित्वाची जाणीव. ही अवस्था मनुष्याला आत्मशोध घेतल्याने, स्वतःला जाणल्यानेच प्राप्त होते. यालाच 'मोक्ष, आत्मसाक्षात्कार (सेल्फ रियलायझेशन)' असंही संबोधलं जातं. कारण या अवस्थेत कोणताही अहंभाव शिल्लक राहत नाही. मग अशा देहाकडून अहंकाराची नव्हे, तर ईश्वराची अभिव्यक्ती होते.

ही सर्वोच्च अवस्था भक्तीमध्ये रममाण होणारा भक्तच अनुभवू शकतो. पण अहंकार अधून-मधून डोकावत असल्याने ही अवस्था अधिक काळ टिकत नाही. अशा वेळी पाचव्या प्रश्नाच्या साहाय्याने तुम्ही अहंकारावर मात करू शकाल.

तुमच्यासाठी पाचवा प्रश्न

कोह-ए-निदा पर्वतातून येणारा आवाज मनुष्याचं अस्तित्व नाहीसं करत होता.

पण पाचवा प्रश्न म्हणजे असाच दिव्य ध्वनी आहे, जो तुमच्यातील अहंकाराचं अस्तित्व समूळ नाहीसं करेल.

'तुझी इच्छा, ही माझीदेखील इच्छा आहे का?' हा प्रश्न तुम्ही स्वतःला सतत विचारायचा आहे. दैनंदिन जीवनात अशा अनेक घटना घडतात, जिथे आपल्या मनाविरुद्ध कार्य घडतं... नोकरानं काम ऐकलं नाही... सकाळी वर्तमानपत्र खूप उशिरा आलं... लवकर उठण्याचा प्रयत्न केला, पण शेवटी सगळ्याच गोष्टी पूर्ण व्हायला उशीर झाला... ऑफीसला जाण्याची घाई होती, पण बस उशिरा आली... अशा लहानसहान गोष्टींमुळे आपली चिडचिड होते. मग आपण मानसिक शांती गमावून बसतो. कारण प्रत्येक व्यक्तीत असणाऱ्या अहंकाराला वाटतं, 'नेहमी माझीच इच्छा पूर्ण व्हावी. माझ्या मनासारखंच काम व्हावं.' त्यामुळेच एखादी गोष्ट मनाविरुद्ध होताच आपण दुःखी होतो. मग इतरांवर राग काढणं, रागाच्या भरात बडबड करणं अशा गोष्टी आपल्याकडून घडतात.

पण अशा वेळी स्वतःला विचारायला हवं, **'तुझी इच्छा, ही माझीदेखील इच्छा आहे का?'** आता या प्रश्नात 'तुझी इच्छा' म्हणजे नेमकी कोणाची इच्छा बरं? येथे 'तुझी इच्छा' हा शब्द प्रयोग 'ईश्वरीय इच्छा, हरि इच्छा' या अर्थाने वापरण्यात आलाय. खरंतर विश्वात सर्वत्र सुरू असणाऱ्या घटना या ईश्वरीय इच्छेनुसारच घडत असतात. पण आपण या इच्छेचा स्वीकार न करता, व्यक्तीच्या, अहंकाराच्या इच्छेलाच महत्त्व देतो. पण प्रत्येक घटनेत जर आपण हा प्रश्न विचारला तर आपल्याला जाणवेल, की ईश्वरीय इच्छेला शरण जाण्यातच, त्या इच्छेशी एकरूप होण्यातच आपलं भलं असतं.

आपल्या वडीलधाऱ्यांनी आणि संतांनी वेगवेगळ्या प्रकारे आपल्याला 'जे घडतंय, ते ईश्वराच्या मर्जीनुसारच' ही अमूल्य शिकवण दिली आहे. त्यामुळे एखादी इच्छा पूर्ण होवो अथवा न होवो, आपल्या मनात ईश्वराप्रति कोणताही विरोध असू नये. एखादी इच्छा पूर्ण न झाल्याने मनुष्य स्वतःच्या तक्रारींचा पाढा वाचू लागतो. पण त्यानं विनाकारण रडत बसण्यापेक्षा 'मी या घटनेत आता कोणता सर्वोत्तम प्रतिसाद देऊ शकतो', याचा विचार केला पाहिजे. विविध धर्मांत 'ईश्वरेच्छा बलियसि... राम के भरोसे... इन्शा अल्लाह... दाय विल बी डन... जो हुकूम... तेरी रजा में मेरी रजा...' असं वेगवेगळ्या प्रकारे सांगितलं आहे. या सर्वांतून एकच बोध प्राप्त होतो, 'तुझी (ईश्वराची) इच्छा, तीच माझी इच्छा'!

हरिइच्छेची समज

एखादी गोष्ट मनासारखी झाली नाही तर 'तुझी इच्छा तीच माझी इच्छा!' असं म्हणा. कारण अशा वेळी ती इच्छा पूर्ण न होण्यामागे असलेलं उच्च कारण समजून घेण्यासाठी आपलं मन तयार नसतं. पण त्यामागे असणारी हरिइच्छा समजताच आपण त्या घटनेचा मनापासून स्वीकार करतो. खरंतर या इच्छेचे दोन भाग असतात. त्यांना आपण 'हरि इच्छा पार्ट वन' आणि 'हरि इच्छा पार्ट टू' असं संबोधूया. जेव्हा एखादी समस्या तुम्हाला त्रस्त करेल, तिचा स्वीकार करू न शकल्यामुळे तुम्ही खूप दुःखी व्हाल, तेव्हा स्वतःला सांगा, 'हा हरिइच्छा पार्ट वन आहे. हरिइच्छा पार्ट टू अद्याप माझ्यासमोर यायचाय' ही समज बाळगायला हवी. आता हीच गोष्ट एका उदाहरणाद्वारे समजून घेऊया–

एका अभिनेत्याचा दात तुटल्यामुळे तो वेदनेनं विव्हळत होता. खरंतर दात तुटल्यामुळे तो हसताना खूपच विचित्र दिसत होता. आता अशा वेळी तो 'तुझी इच्छा तीच माझी इच्छा' असं म्हणू शकेल का? कारण यावेळी तो 'माझी ही समस्या म्हणजे 'हरी इच्छा पार्ट वन' आहे, हे विसरतो. पण काही काळानंतर त्या अभिनेत्याला एका सिनेमात विनोदी पात्र साकारण्याची ऑफर मिळते. आता तो खूप आनंदी होऊन ईश्वराचे आभार मानतो. यावेळी मात्र त्याला त्याच्या तुटलेल्या दाताच्या वेदनेचं थोडंही भान नसतं. वास्तविक तुटलेल्या दातामुळेच त्याचं हास्य विनोदी दिसू लागलं होतं. परिणामी त्याला सिनेमात काम करण्याची संधी लाभली. आता ही संधी म्हणजे 'हरिइच्छा पार्ट टू' होय. खरंतर दात तुटला तेव्हाच त्या अभिनेत्यानं म्हणायला हवं होतं, 'बरं झालं माझा दात तुटला. आता मला थोडं वाईट वाटतंय. पण ही घटना म्हणजे 'हरिइच्छा पार्ट वन' आहे. आता 'हरिइच्छा पार्ट टू' काय असेल, हे पाहूया.'

थोडक्यात, ज्या घटनेत मनाची

बडबड सुरू होईल, 'मला अमुक गोष्ट मुळीच आवडली नाही... माझ्यासोबत खूप वाईट घडलं...' तेव्हा आपण त्वरित स्वतःला सांगायला हवं, 'हा तर हरी इच्छेचा पार्ट वन आहे, अद्याप पार्ट टू माझ्या समोर यायचा आहे.' आता 'हरी' या शब्दावरून ही गोष्ट विशिष्ट धर्मापुरतीच मर्यादित आहे, असा चुकीचा निष्कर्ष मुळीच काढू नका. 'गुरू, गॉड, अल्लाह, जिजस...' अशी अनेक वेगवेगळी नावं विभिन्न धर्मात वापरली जातात. शब्दप्रयोग कोणताही असो, घटनेचा फक्त अर्धवट भाग (पूर्वार्ध) न पाहता, मला तिचा उत्तरार्ध (हरि इच्छा पार्ट टू) देखील पाहायचा आहे, ही समज तुम्ही बाळगा. जेणेकरून समस्येत दडलेलं रहस्य तुमच्यासमोर उलगडेल.

आपल्या मनात जेव्हा दुःखद भावना निर्माण होते, तेव्हा आपण त्या घटनेचा पूर्ण स्वीकार केलेला नसतो. अशा वेळी स्वतःला पाचवा प्रश्न विचारा आणि मनातील नकारात्मक भावनेतून मुक्त व्हा. जेणेकरून तुम्ही सदैव आनंदी राहाल. प्रश्न विचारण्याच्या सवयीमुळे तुम्ही सदेह मुक्ती प्राप्त करू शकाल. परंतु हे तेव्हाच शक्य आहे जेव्हा हरिइच्छा पार्ट टू तुम्ही समजू शकाल. कारण मनाला पार्ट टू लगेच दिसत नाही पण विश्वास असेल तर नक्कीच दिसेल. मग काही काळानंतर तुमच्या लक्षात येईल, ही घटना का घडली? त्या वेळी 'तुझी इच्छा तीच माझी इच्छा' असं म्हणताना तुमच्या मनात कुठलीही शंका नसेल.

एक गरीब माणूस होता. तो तंबूत राहायचा. 'जे काही घडतं, ते ईश्वराच्या मर्जीनुसारच' यावर त्याचा पूर्ण विश्वास होता. आजचा दिवस गरिबीत काढावा लागत असेल, तर यामागे नक्कीच ईश्वराची काही खास योजना असेल, या विचारात तो आयुष्य व्यतीत करत होता. एके दिवशी अचानक वादळ आल्याने त्याचा तंबू उडाला. 'तुझी इच्छा तीच माझी इच्छा' असा विचार करून तो इतरत्र निघून गेला.

नवीन जागी स्थिरावल्यावर त्यानं लहान-मोठी कामं सुरू केली. ज्यात त्याला कधी यश मिळालं तर कधी अपयश! पण त्याच्या मेहनतीचं चीज झालं. काही वर्षांनी तो मोठा व्यापारी बनला. त्यानंतर त्यानं स्वतःचं घर बांधलं. एके दिवशी मागे वळून आजवरच्या आयुष्याचं त्यानं अवलोकन केलं... तेव्हा त्याच्या मनात विचार आला, 'त्या दिवशी माझा तंबू उडाला, हे किती बरं झालं! तेव्हा जर माझा तंबू उडाला नसता, तर आज मी स्वतःच्या घरात नसतो. खरंच ईश्वराने दिलेल्या शिक्षेतही केवळ प्रेमच लपलेलं असतं.'

जीवनात समस्या येताच मनुष्याचा संपूर्ण फोकस त्या समस्येवरच केंद्रित होतो. 'माझं तर नशीबच फुटकं... ही समस्या माझ्याच वाट्याला का यावी...' अशा प्रकारे

मनुष्य दैवाला दोष देत राहतो. त्यावेळी त्याच्या मनात, 'ही समस्या म्हणजे हरि इच्छा पार्ट वन आहे' असा विचार मुळीच डोकावत नाही. अशा वेळी लक्षात घ्या, की सध्या सुरू असणारी समस्या हा केवळ पूर्वार्ध आहे, उत्तरार्ध नव्हे. मात्र मनुष्य संकटसमयी विश्वास गमावून बसतो. पण त्यावेळी त्यानं 'ही विश्वास गमावण्याची नव्हे, तर आनंदी राहण्याची वेळ आहे' ही समज बाळगायला हवी.

तात्पर्य - जीवनात जेव्हा बदल घडतात तेव्हा काहीतरी नवीन गोष्टी किंवा घटना तुमच्या समोर येणार असतात. त्या मनुष्याच्या जीवनात जशी हरि इच्छा पार्ट वन म्हणजे 'तंबू उडण्याची' घटना घडली कारण त्यानंतर हरि इच्छा पार्ट टू म्हणजे त्याला 'स्वतःचं घर' मिळणार होतं. त्यामुळे जीवनातील कोणत्याही बदलांना चांगल्या-वाइटाचं लेबल न लावता स्वीकारायला हवं. वॉच वेट विथ वंडर हा मंत्र ध्यानात ठेवून हरि इच्छा पार्ट टू प्रत्यक्षात येण्यासाठी प्रार्थना करायला हवी. त्यामुळेच जीवनातील पुढचा सीन लवकरात लवकर आणि सहजपणे येईल.

एका दुकानदाराला रात्री लवकर झोप येत नसे. तो अंथरुणावर पडताच अस्वस्थ होत असे. एके रात्री त्यानं ठरवलं, की जोपर्यंत मला झोप येत नाही तोपर्यंत मी काहीतरी नवीन काम करेन. मग तो आपला लॅपटॉप उघडून ऑनलाइन शॉपिंगच्या वेबसाईट बघू लागला. हळूहळू त्याची उत्सुकता वाढली. त्याला समजलं, की हे काम करण्यासाठी वेगळा वेळ काढण्याची किंवा ऑफीसमध्ये बसण्याची गरज नाही. आपण केवळ घरी बसून नफा कमवू शकतो.

हळूहळू तो ऑनलाइन बिझनेस, मार्केटिंग, वेबसाइट तयार करण्याचं तंत्र शिकला. मग थोड्याच दिवसांत त्यानं स्वतःचा बिझनेस सुरू केला. इतकंच काय, तर त्यानं विदेशातील ग्राहकवर्ग शोधून काढला. बघता-बघता तो मोठा व्यापारी बनला. झोप न येण्याच्या समस्येनं त्याच्या आयुष्यात एक नवीन दार उघडलं गेलं. समस्येकडे सकारात्मक दृष्टीने बघून त्यानं स्वतःचा विकास साधला.

काही लोकांच्या आयुष्यात अनेक समस्या निर्माण होतात. पण तो त्यांच्या दिव्य योजनेचा एक भाग असतो. कारण या समस्यांमुळेच त्यांच्या आयुष्यात भव्यदिव्य अशी निर्मिती होते. जसं, एका मुलाच्या आईला कॅन्सर झाला होता आणि त्यातच तिचा मृत्यूही झाला. आईच्या मृत्यूमुळे तो खूप दुःखी झाला. पण याच मुलानं कॅन्सरतज्ज्ञ बनून अनेकांना या दुर्धर रोगातून मुक्त करण्याचं स्वप्न पाहिलं. शिवाय मोठेपणी त्यानं हे स्वप्न पूर्ण केलंदेखील.

काही लोकांना अनेक दुःख, यातना सहन कराव्या लागतात. पण ते दुःखामुळे खचून न जाता समाजाला दुःखमुक्त करण्यासाठी कंबर कसतात. काही लोकांवर समाज खूप अन्याय करतो. पण असे पीडित लोक मात्र पुढे जाऊन 'समाजसेवक' बनतात.

तात्पर्य- आपल्या आयुष्यातील प्रत्येक घटना म्हणजे भविष्यातील घटनेची चाहूल, तयारी असते. मात्र आपल्या जीवनात घडणाऱ्या घटना या दिव्य योजनेनुसारच घडत आहेत, यावर आपला विश्वास असायला हवा. आता खाली दिलेल्या पावलांवर वाटचाल करत प्रत्येक घटनेचा स्वीकार करा-

- सर्वप्रथम कोणतीही घटना ही 'हरी इच्छा' असल्याचं मानून तिचा पूर्ण स्वीकार करा.
- त्यासाठी ईश्वराकडे क्षमायाचना आणि प्रार्थना करा. मी काही कर्मबंधनांत अडकलोय, ज्यामुळे माझ्यासमोर ही समस्या आली आहे. यासाठी मला माफ कर.
- आता त्या घटनेत सर्वोत्तम, भक्तिपूर्ण प्रतिसाद द्या आणि 'हरी इच्छा पार्ट टू' माझ्यासमोर यावा, अशी प्रार्थना करा.

ही समज कायम रहावी यासाठी आपल्याला प्रत्येक न आवडणाऱ्या घटनेत एकच प्रश्न विचारायचा आहे, **'तुझी इच्छा, ही माझीदेखील इच्छा आहे का?'** हा प्रश्न विचारून स्वतःला जागृत, सजग करायचं आहे. जागृत झाल्यानंतर आपण पुन्हा दुःखरूपी, दिखाऊ सत्यात अडकणार नाही.

आता आपण आणखी एक प्रयोग करूया. भूतकाळातील त्या सर्व घटना आठवण्याचा प्रयत्न करा, ज्यावेळी तुमच्या मनात ईश्वराप्रति तक्रार होती. त्यावेळी तुम्ही त्या घटनेचा पूर्णपणे स्वीकार करू शकत नव्हता. आता मनन करा, 'जी घटना मी त्या वेळी स्वीकारू शकत नव्हतो, आज त्याच घटनेने माझ्यात कोणती सुधारणा झाली आहे? असे कोणते सद्गुण माझ्यात नव्हते, जे केवळ या घटनेमुळे माझ्यात विकसित झाले. त्या घटनेतून बोध घेत मी असे कोणते निर्णय घेतले, ज्याचा लाभ मला आज मिळत आहे?'

अशा प्रकारे मनन केल्यास लक्षात येईल, खरंतर नकारात्मक घटनांमुळेच आपला विकास झालाय.

अध्याय १३

मोत्याची खरी पारख

सहावा प्रश्न

हातिम पाचव्या प्रश्नाचं उत्तर मिळताच हुस्नबानोकडे आला. त्यानं हुस्नबानोला 'कोह-ए-निदा' पर्वताचं गूढ रहस्य सांगितलं. 'नरभक्षक पर्वताच्या मगरमिठीतून हातिमनं स्वतःचे प्राण कसे वाचवले असतील बरं!' या विचारानं हुस्नबानो आश्चर्यचकित झाली. ती हातिमची साहसी वृत्ती आणि त्याच्या निःस्वार्थ भावनेमुळे प्रभावित झाली. पण आता पाच प्रश्नांइतकाच कठीण अशा सहाव्या प्रश्नाचं उत्तर हातिमला शोधायचं होतं. म्हणून ती हातिमला म्हणाली,

"आता तुला सहाव्या प्रश्नाचं उत्तर शोधायचंय. पाणकोंबडीच्या अंड्याच्या आकाराइतका मोती कुठे मिळेल? आणि त्याचं गुपीत काय?" शिवाय, असा मोती शोधून आणण्याचं आव्हानही तिनं हातिमला दिलं.

हुस्नबानो पुढे त्याला म्हणाली, "असा दुर्मीळ मोती माझ्याकडेही असल्याने मी तो तुला नक्की दाखवू शकते. जेणेकरून तुला असा मोती ओळखता यावा." हातिमनं मोती पाहताच तो खरंच एक असामान्य मोती होता, हे जाणलं. शिवाय, पाणकोंबडीच्या अंड्याप्रमाणे तो आकारानेही खूप मोठा होता. हातिमनं त्याचं सखोल

निरीक्षण केल्यानंतर तो तशाच दुसऱ्या मोत्याचा शोध घेण्यासाठी बाहेर पडला.

शहरातून बाहेर पडल्यानंतर हातिम एका झाडाखाली बसून विचार करू लागला, 'नेमक्या कोणत्या दिशेनं मी शोध सुरू करायला हवा?' इतक्यात त्याचं लक्ष झाडावर बसलेल्या दोन पक्ष्यांमध्ये सुरू असणाऱ्या संवादाकडे गेलं. लक्षपूर्वक ऐकल्यावर त्याच्या लक्षात आलं, की ते दोन पक्षी हातिमबाबतच बोलत होते.

एक पक्षी दुसऱ्या पक्ष्याला सांगत होता, ''मित्रा, हा झाडाखाली बसलेला हातिम म्हणजे परोपकारी मनुष्य आहे. तो पाणकोंबडीच्या अंड्याच्या आकाराचा मोती शोधण्यासाठी निघाला आहे. काही वर्षांपूर्वी विचित्र प्रकारचे पक्षी हरमान नदीच्या किनाऱ्यावर मोत्यांच्या रूपात अंडी देत असत. आता मात्र तशा प्रकारची दोनच अंडी शिल्लक राहिली आहेत. त्यांपैकी एक अंडं हुस्नबानोजवळ आहे, तर दुसरं महरयार नावाच्या राजाकडे आहे. सध्या तो जिया नावाच्या बेटावर राज्य करतोय. वास्तविक ते एक पऱ्यांचं बेट आहे. त्या राजाला एक सुंदर कन्या असून राजानं तिच्या विवाहासाठी एक अट ठेवली आहे- 'जो मनुष्य पाणकोंबडीच्या अंड्याच्या आकाराइतक्या मोत्याचं रहस्य सांगेल, त्याच्याशीच राजकन्येचा विवाह होईल.' खरंतर राजा महरयार यानं या आकाराची अंडी न देण्याचा आदेश पक्ष्यांना दिल्याने तशा आकाराचे मोती आता जगात अस्तित्वातही नाहीत.

''अनेक तरुणांनी त्या सुंदर राजकन्येशी विवाह करण्यासाठी प्रयत्न केले, पण मोत्याचं रहस्य शोधण्यात ते अयशस्वी ठरले. मात्र हातिमने जर त्या मोत्याविषयीची सर्व माहिती राजाला सांगितली तर त्याला तो मोतीही मिळेल आणि त्याचा सुंदर राज्यकन्येशी विवाहदेखील होईल.''

हातिम त्या दोन पक्ष्यांचं बोलणं ऐकून, त्यांचे आभार मानून, जिया बेटाकडे निघाला. खरंतर तिथपर्यंत पोहोचण्याचा मार्ग खूपच खडतर होता. मार्गात हातिमला अनेक हिंस्र प्राणी, सर्प आणि राक्षस यांच्या हल्ल्यांना सामोरं जावं लागलं. पण हातिमनं अत्यंत बहादुरीनं कठीण परिस्थितीचा सामना केला.

एकदा हातिम एका जंगलातून जात होता. तेव्हा वाटेत त्याला एक दुःखी तरुण रडत बसलेला दिसला. हातिमला त्याची खूप दया आली आणि त्यानं त्याच्या रडण्याचं कारण विचारलं. तेव्हा त्या तरुणानं सांगितलं, ''मी एक राजकुमार असून माझं नाव मेहराब आहे. मी जिया बेटावरच्या राजकन्येवर खूप प्रेम करतो. मला तिच्याशी विवाह करायची इच्छा आहे. पण पाणकोंबडीच्या अंड्याएवढ्या आकाराचा मोती शोधण्यात

मी अयशस्वी ठरलोय. त्यामुळेच राजाने माझा प्रस्ताव नाकारलाय.''

त्या तरुणाचं सांत्वन करत हातिम म्हणाला, ''मित्रा, मी तुला ते गूढ रहस्य निश्चितच सांगेन. तेव्हा तू माझ्यासोबत चल.'' हे ऐकून राजकुमार मेहराब आश्चर्यचकित झाला. 'हातिमला त्या मोत्याचं रहस्य माहीत असूनही तो राजकुमारीशी विवाह करण्यास किंवा इतक्या मोठ्या राज्याचा वारसा हक्क मिळवण्यास मुळीच उत्सुक नाही. उलट माझ्यासारख्या अपरिचिताला या गोष्टी तो सहजतेने देतोय... यामागे काय कारण असावं बरं?' त्या तरुण राजकुमारानं आपल्या मनातील विचार हातिमला बोलून दाखवले. त्याचे विचार जाणून हातिम हसत म्हणाला, ''मला कुठल्याही राज्याच्या वैभवाशी मुळीच देणंघेणं नाही. पण माझा मित्र मुनीरशाह याच्यासाठी मी हे सर्व प्रयत्न करतोय. तोदेखील तुझ्यासारखाच मला एका जंगलात दुःखी अवस्थेत रडत असताना दिसला. तो हुस्नबानो नावाच्या राजकुमारीवर अतिशय प्रेम करतो. हुस्नबानोची अट पूर्ण करण्यासाठीच मी जिया बेटावर मोती आणण्यासाठी जात आहे.'' हातिमचं मनोगत ऐकल्यानंतर राजकुमार मेहराबचे हृदय त्याच्याप्रति आदर आणि कृतज्ञतेनं भरून आलं आणि तो हातिमसोबत जिया बेटावर जाण्यासाठी निघाला.

मी तुझ्यावर प्रेम करतो. पण मी खऱ्या प्रेमाचा अर्थ जाणलाय का?

जिया बेटावर पोहोचताच हातिम महरयार राजाला भेटला. मोत्याचं रहस्य त्यानं राजासमोर उलगडलं. महरयार राजा हातिमच्या बोलण्यावर खूप प्रसन्न झाला. पण हातिमने त्याला विनंती केली, की राजकन्येचा विवाह त्याच्याशी नव्हे तर राजकुमार मेहराबशी करून देण्यात यावा. कारण मेहराब राजकुमारीवर खूप प्रेम करतो. महरयार राजानं हातिमची ती विनंती मान्य केली आणि त्यानं दुसरा मोती हातिमच्या हाती सोपवला.

महरयार राजाच्या कन्येचा विवाह मोठ्या थाटामाटात संपन्न झाला. हातिम सुद्धा त्या सोहळ्यात सहभागी झाला. नवविवाहित दांपत्याला शुभेच्छा देऊन हातिम पुन्हा हुस्नबानोला भेटायला निघाला. कारण आता त्याला सहाव्या प्रश्नाचंही उत्तर मिळालं होतं.

अध्याय १४

समोरचा मोती कोण

सहाव्या प्रश्नाशी आपलं नातं

मागील अध्यायात आपण हातिमला मोत्याविषयीचं रहस्य समजलं हे जाणलं. खरंतर हातिमची एकच इच्छा होती आणि ती म्हणजे, मुनीरशाह आणि हुस्नबानो यांचं मीलन व्हावं. मुनीरशाह म्हणजे सत्यशोधकाचं प्रतीक असून हुस्नबानो 'सेल्फ, परमचेतने'चं प्रतीक आहे. आता मोत्याविषयीचं रहस्य जाणल्यानंतर त्यात दडलेला प्रश्न काय आहे ते पाहूया. या प्रश्नावर मनन केल्यास आपण मुक्तीच्या मार्गावर अग्रेसर व्हाल.

ईश्वरानं मनुष्याला एक सामाजिक आणि कुटुंबप्रिय प्राणी बनवलं आहे. प्रत्येक माणूस नाते-संबंधांत वेगवेगळ्या भूमिका बजावत असतो. जसं, आई-वडील, भाऊ-बहीण, मित्र-शत्रू, शेजारी, नातेवाईक, सहचारी, मालक-नोकर... इत्यादी. अशा नानाविध नातेसंबंधांमुळे मनुष्य कधी गोंधळून जातो, तर कधी भावुक होतो. प्रेम, तिरस्कार, विश्वास, विश्वासघात अशा संमिश्र भावना त्याच्या मनात निर्माण होत असतात.

बहुतांश लोक स्वतःसोबत घडणाऱ्या नकारात्मक गोष्टींसाठी इतरांना जबाबदार धरतात. म्हणून मनुष्य इतर लोकांसोबत कर्मबंधनांच्या जाळ्यात अडकल्याने मुक्तीपासून

दूर राहतो. पण सहावा प्रश्न आपल्याला या दुर्गुणातून नक्कीच मुक्त करेल. या प्रश्नामुळे आपण आपल्या सर्व नातेवाइकांविषयी मनन-चिंतन करू शकाल. जेणेकरून त्यांची आपल्या जीवनात असणारी भूमिका स्पष्ट होईल. नातेवाईक वास्तवात कोण आहेत? ते आपल्या जीवनात कोणत्या कारणास्तव आले आहेत? हे सत्य जाणण्यासाठी सहाव्या प्रश्नावर मनन-चिंतन करा. मग तुम्ही तुमच्या जीवनात नकारात्मक भूमिका बजावणाऱ्या लोकांविषयी देखील कृतज्ञ व्हाल, त्यांचे आभार मानाल. परिणामी एकही नातेवाईक तुम्हाला बंधनात अडकवू शकणार नाही आणि तुम्ही मुक्तीच्या निकट जाल. आता आपण सहाव्या प्रश्नाकडे वळू या.

हा मनुष्य कोणत्या मोत्यासमान आहे

येथे समोरचा मनुष्य म्हणजे ज्याच्या संपर्कात तुम्ही येत असता. वर्तमानात ज्याच्यासाठी आपल्या मनात कधी चांगल्या तर कधी वाईट भावना येतात. म्हणून त्या मनुष्याविषयी कोणत्याही धारणा किंवा पूर्वग्रह न बाळगता आपल्याला हे बघायचं आहे की तो कोणत्या मोत्यासमान आहे? आपल्या आयुष्यातील प्रत्येक मनुष्य एका अनमोल मोत्यासमान आहे. प्रत्येकाचं स्वत:चं असं स्वतंत्र अस्तित्व, महत्त्व असतं. आता 'मोती' म्हणजे नेमकं काय, हे आपण समजून घेऊया. येथे आपल्याला समजण्यासाठी काही रूपकांचा वापर केला आहे.

कुर्ता : कुर्ता म्हणजे आपला शरीररूपी ड्रेस. आपल्या आयुष्यातील काही लोकांकडे आपण केवळ एक शरीर म्हणून पाहत असतो. याचाच अर्थ, आपल्याला त्यांचा फक्त शरीररूपी कुर्ता दिसतो. कुर्त्याच्या अंतर्यामी असणारं चैतन्य आपण पाहू शकत नाही.

कर्ता : काही नातेवाइकांना आपण कर्ता (डूअर) मानतो. परिणामी, त्यांच्याकडून होणारी बाह्य कृती पाहून आपण त्यांनाच दोषी ठरवतो. पण वास्तविक तेही कर्ता नाहीत आणि आपणही नाही. कारण आपल्या सर्वांच्या अंतर्यामी केवळ एकाच परमचैतन्याचं वास्तव्य आहे.

को-क्रिएटर (साथीदार) : काही लोकांना आपण आपले 'साथीदार' म्हणजेच 'को-क्रिएटर' मानतो. असे लोक आपल्या आयुष्यात एक विशिष्ट भूमिका बजावत असतात. मग कधी ती सकारात्मक असते, तर कधी नकारात्मक! पण लक्षात घ्या, एखादा नातेवाईक तुमच्या जीवनात नकारात्मक भूमिका बजावत असेल तर तो तुमचा पृथ्वीवरील 'साथीदार' आहे. समजा, तुम्हाला एखाद्या विशिष्ट क्षेत्रात अतिशय उच्च पदावर पोहोचायचं असेल, तर तुमच्या आयुष्यात आव्हानं, संकटं निर्माण करणारा

एखादा मनुष्य येतो. खरंतर त्यानं निर्माण केलेल्या अडथळ्यांवर मात केल्यानेच तुम्हाला उच्चपदावर पोहोचण्याची ताकद प्राप्त होते. म्हणजेच तो मनुष्य तुमच्यासाठी 'को-क्रिएटर'ची भूमिका बजावत असतो. एखाद्या मनुष्यामुळे तुम्हाला क्रोध येत असेल, तुमच्या इच्छापूर्तीत बाधा निर्माण होत असेल, तर स्वतःला सांगा, 'हा मनुष्य माझा 'को-क्रिएटर' म्हणजेच सहनिर्माता आहे. याच्यामुळेच माझी इच्छा पूर्ण होणार आहे.'

निसर्गाची किमया : विश्वात काही लोक म्हणजे निसर्गाच्या अद्भुत किमयेचा आविष्कार असतो. या लोकांसोबत राहताना त्यांचं महत्त्व आपल्या लक्षात येत नाही. पण यांच्यामुळेच आपल्याला यश लाभलं, हे काही काळानंतर समजतं.

'दुष्ट मनुष्यातही ईश्वर पाहायला शिका. त्याची अवहेलना करू नका', हे वाक्य ऐकताच लोकांच्या मनात शंका निर्माण होते! 'जर या मनुष्यात ईश्वर आहे, तर तो वाईट कर्म कसं बरं करू शकला? ज्यानं माझ्यावर अन्याय केला, त्याच्यात ईश्वर कसा असेल बरं?'

आता हीच गोष्ट आपण 'बॉलर-बॅट्समन'या रूपकाद्वारे समजून घेऊया-

एका मुलाला क्रिकेट शिकण्याची इच्छा असते. पण त्याच्याशी खेळायला कोणीच तयार होत नाही. मग नाराज होऊन तो रडू लागतो. त्याचं रडणं पाहून त्याच्या वडिलांना अतिशय वाईट वाटतं. ते म्हणतात, 'चल, मी तुला क्रिकेट शिकवतो.' पण वडील सर्वप्रथम बॅटिंगऐवजी बॉलिंग करतात. खरंतर त्यांना बॉलिंग करायला मुळीच आवडत नाही. मात्र आपला लाडका मुलगा बॅटिंग करत असल्याने ते प्रेमापोटी बॉलिंग करायला तयार होतात.

या खेळात मुलगा पहिल्या बॉलमध्येच आऊट होतो. पण तरीही त्याचे वडील त्याला पुनःपुन्हा बॅटिंगची संधी देतात. अगदी याच प्रकारे निसर्गसुद्धा मनुष्याला विविध घटनांच्या रूपात बॅटिंग करण्याची म्हणजेच खेळण्याची संधी बहाल करत असतो. मात्र घटनारूपी बॉल समोर येताच मनुष्य आऊट होतो, पराभूत होतो. पण तरीही निसर्ग त्याला पुनःपुन्हा खेळण्याची, प्रयत्न करण्याची संधी बहाल करतो. अशाप्रकारे संसारात हा खेळ अखंडपणे सुरूच आहे.

मुलावरील प्रेमापोटी वडील बॉलिंग तर करतात पण मुलगा मात्र सतत तक्रार करतो, 'अमुक बॉल किती जोरात येतोय... इतक्या तीव्र वेगाने येणाऱ्या बॉलमुळे माझं डोकं फुटलं असतं... नेहमी माझ्यासोबतच असं का बरं होतं... मलाच असे बॉलर

का मिळतात... मी कोणाचं काय वाईट केलंय... हे कोणत्या जन्माचं पाप आहे रे देवा... माझं नशीबच फुटकं... माझ्या आयुष्यात सरळ रेषेत बॉल कधीच येत नाही... अमक्याला मात्र सिक्सर मारता येईल असाच बॉल खेळण्यासाठी मिळतो...' आता मुलगा हे पूर्णपणे विसरतो, की 'बॉलिंग करणारी व्यक्ती म्हणजे माझा शत्रू नसून, ते तर माझे वडील आहेत. खरंतर माझ्या हट्टापायी त्यांनी ही भूमिका स्वीकारली आहे. ते माझे 'को-क्रिएटर' आहेत. ते माझ्या आनंदासाठी, विकासासाठीच अशा प्रकारे बॉलिंग करताहेत.' थोडक्यात, ज्या आनंदासाठी हा खेळ सुरू झाला होता, तोच मुलाच्या दुःखाचं आणि आंतरिक संघर्षाचं कारण बनतो.

बॉलर-बॅटस्मन संघ

खरंतर बॉलर आणि बॅटस्मन हे एकाच संघातील सदस्य असून परस्परांना पूरक आहेत. 'एकमेकां साह्य करू' हाच या संघातील सदस्यांचा नारा आहे. याच कारणाने नातेवाईक, मित्र तुमच्या जीवनात एक विशिष्ट भूमिका साकारत असतात. समजा, तुम्ही पृथ्वीवर 'साहसी वृत्ती' अंगी बाणवण्यासाठी आला असाल, तर तुमच्या जीवनात एक असा मनुष्य येतो, जो तुम्हाला घाबरवण्याचा प्रयत्न करतो. खरंतर त्याचा सामना केल्यानेच तुम्ही साहसी बनता. मग एक दिवस तुम्ही इतके निर्भय बनता, की त्या मनुष्यानं दाखवलेलं भय तुम्हाला मुळीच मागे खेचू शकत नाही. खरंतर हा मनुष्य तुमच्यासाठी बॉलिंग करत असतो. पण अज्ञानवश तो तुम्हाला शत्रूसमान भासतो.

कैकेयीच्या कटकारस्थानांमुळेच श्रीरामांचं पृथ्वी लक्ष्य* पूर्ण झालं. वडिलांच्या क्रोधामुळे नचिकेताला अंतिम सत्याचं दर्शन झालं. पत्नीने मारलेला टोमणा तुलसीदासांच्या जीवनात वैराग्य येण्यासाठी निमित्त बनला. परिणामी *'रामचरितमानस'* सारख्या श्रेष्ठ ग्रंथाची निर्मिती झाली. काही दुःखी, आजारी माणसांच्या दर्शनाने गौतम बुद्धांच्या जीवनाला यू-टर्न मिळाला.

'हे काम तू मुळीच करू शकणार नाहीस' हे वाक्य एखाद्या मनुष्याला इतकं बोचतं, की तो ठाम निश्चय करतो, 'आता काहीही झालं तरी, मी हे काम करूनच दाखवेन.' या प्रसंगात टीका करणारा मनुष्य बॉलरची भूमिका बजावतोय. बॉलर-बॅट्समन हे खरंतर प्रेमापोटी आपापली भूमिका पार पाडत असतात. एक बॉल फेकतोय आणि

**पृथ्वी लक्ष्य म्हणजे पृथ्वीवरील जीवनाचा मूळ उद्देश होय. मन अकंप, निर्मळ, प्रेमळ आणि अखंड आज्ञाधारक बनवणं म्हणजेच पृथ्वी लक्ष्य प्राप्त करणं होय.*

दुसरा सिक्सर मारण्याची प्रॅक्टिस करतोय. ही समज असेल तर मनुष्य प्रत्येक बॉलचा सामना आनंदाने करेल. शिवाय, बॉलरला धन्यवादही देईल. पण ज्यांना हे रहस्य उमगत नाही, ते प्रत्येक बॉलनंतर तक्रारींचा सूर आळवतात.

> 6 ♣
>
> **समोरील मनुष्य कोण आहे...**
> **कुर्ता (शरीर), कर्ता, कॉन्ट्रिब्यूटर,**
> **को-ऑर्डिनेटर, को-क्रिएटर**
> **की नियतीची किमया?**
>
> लाखमोलाचा प्रश्न
>
> ♣ 6

बुद्धिबळाचा खेळ कधी एकट्यानं खेळला जातो का? नाही ना! हा खेळ खेळण्यासाठी कमीतकमी एका साथीदाराची तरी आवश्यकता असते. एक चाल तुम्ही खेळता आणि दुसरी चाल प्रतिस्पर्धी खेळतो. प्रत्येक चालीसोबत खेळाची रंगत अधिकच वाढत जाते. आता तुमचा प्रतिस्पर्धी एखादी चाल चलाखीनं खेळत असेल, तर तुम्हाला त्याचं दुःख होईल का? नाही ना!

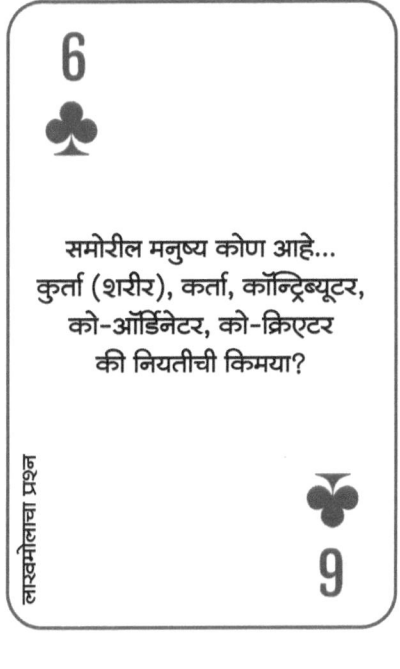

जीवनरूपी बुद्धिबळाच्या खेळात मात्र आपण ही गोष्ट विसरतो. आपल्या प्रतिस्पर्ध्यानं एखादी वेगळी चाल खेळताच किंवा आपल्याला हरवताच आपण दुःखी आणि चिंताग्रस्त होतो. याचाच अर्थ, आपल्याला हा खेळ समजलाच नाही. खरंतर तुम्हाला शह देणारा मनुष्य म्हणजे तुमचा 'को-क्रिएटर' अर्थात साथीदार आहे. तुमच्यातील सुप्त गुणांना, दिव्य गुणांना जागृत करण्यासाठी तो अशी चाल खेळतोय. तुमच्यातील सद्‌गुण प्रकट करण्यासाठी तो साहाय्यकाची भूमिका बजावतोय, ही समज प्रगल्भ व्हायला हवी.

प्रत्येकाच्या जीवनात नकारात्मक भूमिका बजावणारा एखादा मनुष्य असतोच. कोणाच्या आयुष्यात एक असतो तर काहींच्या जीवनात असे अनेक लोक असतात. पण लक्षात घ्या, असे लोक केवळ तुमच्यावरील प्रेमापोटीच नकारात्मक भूमिका बजावत असतात. पण या गोष्टीचं दोघांनाही विस्मरण घडतं. सहावा प्रश्न तुम्हाला याच सत्याचं स्मरण घडवेल, **'हा मनुष्य कोणत्या मोत्यासमान आहे?'**

खरंतर संसारातील ही व्यवस्था अनाकलनीय आहे. म्हणूनच अध्यात्मात तिला

'लीला' असं संबोधतात. संसारात प्रत्येक ठिकाणी सेल्फची, ईश्वराचीच लीला सुरू आहे. पण ज्ञानप्राप्तीनंतरच ही गूढ लीला समजते. मग ईश्वरीय लीलेवर मनन झाल्याने मनात भक्तिभाव जागृत होतो. यालाच तर 'कृपा' असं म्हणतात. ज्यांच्यावर ही कृपा होते, त्यांना सेल्फ (ईश्वर) कधी गुरूंद्वारे, कधी पुस्तकातून, कधी स्वप्नातून, तर कधी प्रश्नांच्या माध्यमातून जागृत करतो. जणू ईश्वर मनुष्यासमोर एक-एक करून गूढ सत्य उकलत असतो, 'जागृत होऊन माझी लीला बघ... बॉलिंग आणि बॅटिंग करणारा मीच एकमेव आहे. तुझ्या जीवनात विविध घटनांच्या माध्यमातून मीच बॉलिंग करतोय. पण या गोष्टीमुळे चिंतीत होण्याऐवजी तू खेळाचा आनंद घे... जीवनरूपी खेळ उत्तम रीत्या खेळण्यासाठी स्वतःचं कौशल्य विकसित कर. कारण ही लीला केवळ तुझ्या विकासासाठी आणि आनंदासाठीच निर्माण झाली आहे.'

साथीदाराकडून भेट घ्या

समोरील मनुष्य एक अमूल्य मोत्यासमान आहे. हे समजताच तो तुम्हाला संकटासमान भासणार नाही. उलट 'तो जे काही करतोय, ते केवळ माझ्याप्रति असणाऱ्या प्रेमापोटीच' ही समज दृढ होईल. वास्तवात पृथ्वीवरील तुमचा प्रत्येक नातेवाईक तुम्हाला विशिष्ट भेट देण्यासाठी, जीवनाचा अत्यंत अमूल्य बोध देण्यासाठी आलाय. तुम्हाला केवळ एकच काम करायचंय. समोरील मनुष्य तुम्हाला जे काही शिकवू इच्छितो, ते शिकण्यासाठी तयार राहायचंय.

समोरील मनुष्य देत असलेली भेट तुम्ही जोपर्यंत स्वीकारणार नाही, तोपर्यंत तो तुमच्या चिंतेचं कारण बनेल. म्हणूनच कोणताही विरोध करण्याऐवजी तो देत असलेली शिकवण (बोध) ग्रहण करा. हेच तर एक महान रहस्य आहे. लक्षात घ्या, प्रत्येक मनुष्य तुम्हाला काही शिकवण्यासाठी आला आहे. तुम्ही जर शिकण्यासाठी तयार झालात, तरच तुमची चिंता आपोआप नाहीशी होईल. शिवाय, त्या मनुष्याला स्वीकारलंत तर, तोसुद्धा स्वतःमध्ये सकारात्मक बदल घडवेल. मग तुमच्यासोबत त्याचे नातेसंबंधही दृढ होतील.

लोकांना जोपर्यंत तुम्ही स्वीकारत नाही, तोपर्यंत त्यांच्याशी असलेलं नातं दृढ होत नाही. या अस्वीकारामुळे समोरील मनुष्य तुम्हाला जे देऊ इच्छितो, त्याचं तुम्ही स्वागत करत नाही. समजा, एखाद्यानं तुमच्यासाठी काही भेटवस्तू आणली आणि तुम्ही मात्र तिचा स्वीकार करत नाही, अशावेळी त्या मनुष्याचा नाइलाज होतो. त्याला सतत तुमचा पिच्छा पुरवावा लागतो. कारण तो मनुष्य तुम्हाला एक विशिष्ट बोध देण्याचं

ध्येय घेऊन पृथ्वीवर आलाय. मग तो स्वतःचं ध्येय पूर्ण करण्यासाठी शक्य ते सर्व प्रयत्न करेल.

तुमच्या होकारात्मक प्रतिसादामुळे नकारात्मक घटनाही सकारात्मक होतील. शिवाय, जो मनुष्य तुमच्या आयुष्यात नकारात्मक भूमिका बजावतोय, त्याच्यातही सकारात्मक परिवर्तन घडेल. मग त्या मनुष्यापासून तुम्हाला ना कोणतं भय असेल, ना कोणतीही चिंता! यासाठी लवकरात लवकर स्वतःचे बोध आत्मसात करा. जेणेकरून तुम्ही मुक्त तर व्हालच शिवाय त्या मनुष्याचं ध्येयही पूर्ण होईल.

आयुष्याच्या प्रवासात अनेक लोक भेटतात. काहींशी आपले ऋणानुबंध जुळतात, तर काहींशी शत्रुत्व निर्माण होतं. पण हे सर्व लोक आपल्याला लाखमोलाची शिकवण देऊन जातात. ज्यांना आपण मनापासून स्वीकारतो, त्यांच्याशी आपले मधुर नातेसंबंध निर्माण होतात. पण ज्यांच्याविषयी मनात अस्वीकार असतो, त्यांच्याशी कटुता निर्माण होते. पण दोन्ही प्रकारच्या संबंधांसाठी सर्वस्वी आपणच जबाबदार असतो, हे निश्चित! एखादा मनुष्य आपल्याशी चुकीचा व्यवहार करत असल्याचं जाणवताच स्वतःला सांगा, 'मी सर्वांशी प्रेमपूर्वक व्यवहार करू शकतो, याचं स्मरण करून देण्यासाठीच हा मनुष्य माझ्या आयुष्यात आला आहे.' ज्या मनुष्याला हे ज्ञान प्राप्त होतं, त्याच्या मनात इतरांविषयी कोणतीही वाईट भावना नसते. यासाठी मनन-चिंतन करून तुमच्या जीवनात येणाऱ्या साथीदारांना ओळखा. ते तुमच्या जीवनात निभावत असलेल्या भूमिकेसाठी त्यांना धन्यवाद द्या.

शिवाय, त्यांची क्षमादेखील मागा. कारण बऱ्याचदा तुम्ही त्यांना केवळ शरीर (कुर्ता) समजता. त्यांच्यातील दुर्गुणांवरच लक्ष केंद्रित करून त्यांना कर्ता मानता. त्यांच्यात तुमचाच परमपिता (सेल्फ, ईश्वर) असतो, जो कधी त्यांच्याद्वारे बॅटिंग करतो, तर कधी बॉलिंग!

अध्याय १५

रहस्य भेद

सातवा प्रश्न

हातिमने हुस्नबानोला पाणकोंबडीच्या अंड्याइतका मोती आणून दिल्याने ती आनंदून म्हणाली, ''हातिम, मी तुला आता सातवा आणि शेवटचा प्रश्न सांगणार आहे. तू जर या प्रश्नाचं उत्तर शोधलं तर मी मुनीरशाहशी विवाह करेन. माझा सातवा प्रश्न आहे- हम्माम-बाद-गिर्द (जादू)चे रहस्य काय आहे, ते शोधून मला सांग.''

आता हुस्नबानोने विचारलेल्या सातव्या प्रश्नाचं उत्तर शोधण्यासाठी हातिम पुन्हा पुढील प्रवासाला निघाला. ध्येयाजवळ पोहोचत असल्यामुळे तो अतिशय उत्साही होता. या शेवटच्या प्रश्नाचं उत्तर शोधून तो मुनीरशाहला दिलेल्या वचनाची पूर्ती करणार होता. परिणामी मुनीरशाह आणि हुस्नबानो यांचा विवाह होणार होता.

मजल दरमजल करत हातिम एका नगरात पोहोचला. तिथे काही लोक आणि त्या नगराचा राजा विहिरीजवळ उभे राहून रडत होते. विचारपूस केल्यानंतर हातिमच्या लक्षात एक गोष्ट आली. ती एक जादूई विहीर असून त्यात एक राजकुमार पडला आहे. राजकुमाराला विहिरीतून बाहेर काढण्यासाठी कोणीही धजावत नव्हतं, पण परोपकारी हातिमनं मात्र क्षणाचाही विलंब न करता विहिरीत उडी मारली.

विहिरीत प्रवेश करताच तिथे एक जादूई मायानगरी वसलेली हातिमने पाहिली. जिथे राजकुमार मजेत फिरत होता. हातिमने त्या राजकुमाराला परत आपल्या आईवडिलांकडे जाण्यास सांगितलं तेव्हा राजकुमार म्हणाला, "माझं इथल्या जादूई नगरीची परी, राजकुमारीवर खूप प्रेम आहे. त्यामुळे मी माघारी जाऊ शकत नाही." पण हातिम आणि परी-राजकुमारी या दोघांनी समजूत काढल्यानंतर तो परत जाण्यास तयार झाला.

राजकुमार सुखरूप असल्याचं पाहून नगरातील सर्व प्रजाजन आणि राजा हातिम चा जयजयकार करू लागले. राजाने हातिमचं आदरातिथ्य करून आणखी काही दिवस राहण्याचा आग्रह केला. तेव्हा हातिमने राजाला स्वतःचं ध्येय सांगून तिथे थांबण्यास नकार दर्शवला. त्या दोघांचा वार्तालाप एक वृद्ध माणूस ऐकत होता. तो हातिमला म्हणाला, "हम्माम-बाद-गिर्दचा ठावठिकाणा मला माहिती आहे. परंतु तेथे जाणे तुमच्यासाठी अत्यंत धोकादायक आहे."

हातिमने विनंती केल्यावर तो वृद्ध माणूस आणखी माहिती देत म्हणाला, "येथून दक्षिण दिशेकडे खूप दूरवर एक मोठा पर्वत आहे. त्याच्या दुसऱ्या बाजूला एक घनदाट जंगल आहे. ते जंगल पार करून काही मैल चालल्यावर तुला हम्माम-बाद-गिर्द सापडेल. पण तेथे जाताना फार सांभाळून जावं लागतं. कारण तेथे गेलेला एकही मनुष्य आजवर परतला नाही." यावर हातिमने त्याला आश्वासन दिलं, की तेथून तो नक्कीच सुखरूप परत येईल.

राजा आणि त्या वृद्ध माणसाचे आभार मानून हातिम हम्माम-बाद-गिर्दच्या दिशेने पुढे निघाला. रस्त्यात त्याला आणखी एक नगर लागलं. तेथे सापरूपी राक्षस त्या नगरातल्या लोकांवर अत्याचार करत होते. हातिमने आपल्या जादूई मण्याच्या प्रभावाने त्या राक्षसांना ठार केलं. पुढे जाऊन त्याला अशी जागा सापडली, जिथे विषारी साप, विंचू, पाल इत्यादींचा सुळसुळाट होता. त्यामुळे त्या जागेचा कोणताही विकास होत नव्हता. पण हातिमने आपल्या जादूई मण्याच्या प्रभावाने त्या जागेला मुक्त केलं. अशा प्रकारे सर्वांच्या सदिच्छा आणि आशीर्वाद घेऊन तो पुढे निघाला.

अनेक संकटांचा सामना करत हातिम हम्माम-बाद-गिर्द नावाच्या जादूई इमारतीसमोर पोहोचला. त्या इमारतीला विशाल आणि मजबूत दरवाजा होता. त्यावर लिहिलं होतं, 'ही एक जादूई इमारत आहे, ज्याने कोणी इमारतीच्या आत येण्याचा प्रयत्न केला, तो मरण पावला किंवा दगड बनलाय. त्या दरवाजावर काही सुरक्षा रक्षक

होते, तिथे आलेल्या लोकांना चेतावणी देणं, हे त्यांचं काम होतं. पण त्या इमारतीचं रहस्य शोधून काढण्याचा हातिमचा निश्चय दृढ होता. म्हणून सुरक्षा रक्षकांनी त्याला रोखलं नाही.

हातिम हम्माम-बाद-गिर्द मध्ये पुढे गेला. बराच वेळ चालत गेल्यानंतर त्याने मागे वळून पाहिलं तर दरवाजा, सुरक्षा रक्षक आणि परतीचा रस्ताच गायब झाला होता. आता तिथे कशाचाही मागमूस नव्हता. तो पुन्हा पुढे गेला. काही वेळ चालत गेल्यावर त्याला तेथे एक सुंदर तलाव दिसला, जेथे स्नानाची व्यवस्था होती. खूप थकलेला असल्याने त्याला स्नान करून ताजंतवानं होण्याची इच्छा झाली. पण जसा त्यानं तलावात प्रवेश केला, तसं तलावातील पाणी वाढू लागलं... हातिमने स्वतःला वाचवण्यासाठी तलावात असणारी साखळी पकडली. मात्र त्यानं साखळी पकडताच, तो तलाव अदृश्य झाला आणि काय आश्चर्य! हातिम एका सुंदरशा बागेत उभा होता.

त्या बागेत खूप सुंदर फुलं आणि रसाळ फळं होती. हातिमला भूक लागल्याने तो फळं खाऊ लागला. फळं खूपच स्वादिष्ट, रसाळ असल्याने तो फळं खातच राहिला, पण त्याची भूक काही केल्या शमत नव्हती. मग त्याच्या लक्षात आलं, हे जादुई फळं असल्यानं मी त्याच्या मोहात अडकत आहे. म्हणून त्वरित फळं खाणं थांबवून तो पुढे निघाला. तो जसा पुढे गेला तशी बाग गायब झाली. पुढे जाताच मागील दृश्यं गायब होतात, हे हम्माम-बाद-गिर्दचं एक वैशिष्ट्यं हातिमला आता समजलं होतं.

पुढे हातिम अशा एका ठिकाणी पोहोचला, जिथे एक विशाल वृक्ष होता. त्यावर एक पिंजरा लटकवला होता. ज्यात एक पोपट होता. झाडाच्या जवळपास बरेच दगडी पुतळे उभे होते, जे जिवंत असल्याचा भास होत होता. त्या झाडावर एक संदेश लिहिला होता – 'हा जादुई हम्माम राजा मुसाने बनवला असून त्यांनी आपला एक किमती हिरा पोपटाला खायला घातला आहे. जो कोणी इथे येईल, त्याला पोपटाला मारण्याच्या तीन संधी मिळतील. शिवाय पोपटाला ठार मारणाऱ्या व्यक्तीलाच तो हिरा मिळेल. आणि पोपटाच्या मृत्यूनंतर या जागेत असणारी जादुई शक्ती देखील नाहीशी होईल. पण तीन प्रयत्नांत जर पोपट मेला नाही, तर त्या मनुष्याचं रूपांतर एका दगडात होऊन तो कायमचा तिथे कैद होईल.'

हातिमने अल्लाहचं नामस्मरण करून, पोपटावर निशाणा साधला. त्याचे पहिले दोन निशाणे तर चुकले, पण तिसरा निशाणा साधण्यात तो यशस्वी झाला. पोपट मेल्यावर

तो अमूल्य हिरा हातिमला मिळाला. त्याबरोबरच हम्माम-बाद-गिर्दची जादूही नाहीशी झाली. जादू नाहीशी झाल्यावर दगड बनलेल्या सगळ्या लोकांनाही त्यांचं खरं रूप प्राप्त झालं. आता तेथे कुठलंही झाड, कुठलाही पिंजरा, कुठलीही इमारत नव्हती... सगळं काही अदृश्य झालं होतं. जिवंत झालेल्या सर्व लोकांनी हातिमचे मन:पूर्वक आभार मानले. शिवाय, त्याला भरभरून आशीर्वादही दिले. आता हातिम खूप खुश होता. कारण त्याला हुस्नबानोच्या शेवटच्या प्रश्नाचं उत्तर शोधण्यातही यश मिळालं होतं. आता तो मुनीरशाह आणि हुस्नबानो यांचा विवाह संपन्न करण्याच्या उद्देशाने हुस्नबानोकडे निघाला.

दहा रुपयांच्या मेणबत्तीनं करोडो रूपयांचा हिरा शोधण्यासाठी मदत केली, तर त्या मेणबत्तीची (प्रश्नाची) किंमत किती झाली?

हुस्नबानोला भेटल्यावर हम्माम-बाद-गिर्दच्या घटनेचं सविस्तर वर्णन हातिमने तिला सांगितलं. ही हकीगत ऐकून हुस्नबानो खूप खुश झाली. कारण हातिमने केवळ त्या जागेची जादुई शक्तीच निष्प्रभ केली नव्हती, तर शिळा बनलेल्या शेकडो लोकांना जिवंतही केलं होतं. हातिम म्हणाला, ''हे राजकुमारी, तुझ्या विवाहाच्या अटीनुसार मी तुझ्या सात प्रश्नांची उत्तरं शोधली आहेत. तेव्हा मी विनंती करतो, की आता तू तुझं वचन पूर्ण करून माझा मित्र मुनीरशाह याच्याशी विवाहबद्ध व्हावंस.'' हुस्नबानोनेही आनंदित होऊन मुनीरशाहशी विवाह करण्यासाठी त्वरीत संमती दर्शविली.

मग काय? मोठ्या थाटामाटात मुनीरशाह आणि हुस्नबानो यांचा विवाह संपन्न झाला. हातिमही आपलं ध्येय पूर्ण करून स्वदेशी परतला. त्यानं शेवटच्या श्वासापर्यंत इतरांना मदत केली, लोकांचं दुःख दूर केलं. खरंतर हातिमला या संसारातून मुक्त होऊन हजारो वर्षं झाली, पण साहसी, उदार मनाच्या आणि परोपकारी मनुष्याच्या रूपात आजही तो प्रसिद्ध आहे. आजही लोक हातिमच्या महान कथेतून साहसपूर्ण आणि निःस्वार्थी जीवन जगण्याची प्रेरणा घेतात.

हातिमच्या जादूई मण्याचे गुपीत

हातिमच्या कथेत त्याला एक जादूई मणी प्राप्त झाल्याचा उल्लेख आलाय. हा मणी हातिमची पदोपदी रक्षा करत होता आणि त्याला मोठ्या संकटांतून वाचवत होता. इतकंच काय, पण हातिमनं जादुई मण्याच्या साहाय्याने कित्येक लोकांचं कल्याणदेखील केलं...कधी कोणाचं आजारपण दूर केलं, तर कधी कोणाचं अंधत्व नाहीसं केलं, कधी विषाच्या प्रभावाला दूर केलं, तर कधी सर्पांना, राक्षसांना ठार केलं. त्या मण्यात अशी कुठली जादू होती, जेणेकरून हातिम प्रत्येक आव्हानाचा सामना करू शकत होता. प्रत्येक दुःखातून मुक्त करत होता. तो मणी होता, 'ज्ञान आणि भक्तीचा जादूई मणी'... ज्या मनुष्याकडे हा अनमोल मणी असतो, तो संसाररूपी भवसागर हसतखेळत पार करतो आणि आपलं कुल-मूल लक्ष्य स्वानुभव प्राप्त करतो. हे कोणतंही पुस्तकी ज्ञान नसून हे तर 'तेजज्ञान' आहे. ज्यायोगे मनुष्याच्या जीवनात परिवर्तन घडून त्याचं प्रत्येक कर्म भक्ती बनतं. त्याचं जीवन 'ईश्वरीय अभिव्यक्तीचं माध्यम' बनतं. संत वाल्मिकी, संत ज्ञानेश्वर, कबीर, मीरा, जीजस, बुद्ध, महावीर, गुरू नानक या आत्मसाक्षाकारी संतांजवळ असेच अनमोल जादुई मणी होते. हा ज्ञानभक्तीरूपी मणी आपल्याला पुढीलप्रमाणे सत्यसमज प्राप्त करून देतो.

- आपण वास्तवात कोण आहोत आणि पृथ्वीवर का आलो आहोत?
- या संसाराचा रचनाकार (ईश्वर, सेल्फ) कोण आहे? आणि तो कसा आहे?
- आपला सेल्फशी काय संबंध आहे?
- आपल्या जीवनाचं मूळ ध्येय काय आहे आणि ते आपण कसं प्राप्त करू शकतो?
- मूळ ध्येयाप्रत पोहोचल्यावर आपली भूमिका काय असते?

ज्या मनुष्याजवळ या सर्व प्रश्नांची उत्तरं आहेत, तो हातिमप्रमाणे कुठल्याही समस्येत डगमगत नाही. शिवाय आपल्या ध्येयपूर्तीत निश्चितच यशस्वी होतो.

अध्याय १६

भ्रमातून मुक्त कसं व्हाल

सातव्या प्रश्नाचं तेजसत्य

हुस्नबानोने हातिमला सातवा प्रश्न विचारला होता, 'हम्माम-बाद-गिर्द या जागेविषयी नेमका कोणता भ्रम सर्वांच्या मनात आहे?' जसं, एखादा भ्रम नाहीसा करण्यासाठी शक्तीशाली मंत्र किंवा जादुई तंत्र यांचा उपयोग केला जातो. या मंत्रशक्तीमुळे भ्रम नाहीसा होतो किंवा त्या जागेविषयी असणारं गूढ उकललं जातं. परिणामी केवळ सत्यच उरतं. हातिमनं पोपटाच्या मानेवर निशाणा साधून 'हम्माम-बाद-गिर्द' या ठिकाणाविषयी असणारा भ्रम नाहीसा केला. यापूर्वी सर्वांनाच हे ठिकाण रहस्यमयी भासायचं. पण हातिमच्या साहसामुळे या रहस्याचा भेद झाला आणि हातिमसुद्धा अनेक प्रकारच्या भ्रमांतून मुक्त झाला.

अशाप्रकारे तुमचं आयुष्यही अशा अनेक भ्रमांच्या जाळ्यात अडकलंय. तुमच्या आयुष्यात जर दुःख, निराशा, असुरक्षितता किंवा भीती असेल, तर याचाच अर्थ, तुम्ही अद्याप भ्रमातच जीवन जगत आहात. अजूनही तुमच्यासमोर काही गूढ रहस्यांचा उलगडा व्हायचा आहे. पण आता मात्र तुम्हाला अशा सर्व भ्रमांतून मुक्त व्हायचंय. जेणेकरून तुमच्या जीवनात सत्याचा आणि आनंदाचा प्रकाश पसरेल. येथे प्रस्तुत

करण्यात आलेला सातवा प्रश्न म्हणजे एक असा मंत्र आहे, जो तुमच्या मनातील भ्रम नाहीसा करेल. परिणामी, तुमचं सेल्फशी (ईश्वराशी) मीलन घडेल. यासाठी तुम्हाला प्रत्येक घटनेत स्वतःला हा सातवा प्रश्न विचारायचा आहे, जो आपल्याला संभ्रमित करतो. तुमच्यासाठी हा सातवा प्रश्न म्हणजे,

ही घटना म्हणजे भ्रम, तथ्य, सत्य की तेजसत्य आहे?

आता हा प्रश्न समजून घेण्यापूर्वी भ्रम, तथ्य आणि सत्य यांतील फरक समजून घेऊ या. जेणेकरून तुम्हाला पुढे जाऊन या 'तेजसत्यावरच' स्थापित व्हायचं आहे. (तेजसत्य म्हणजे आपल्या अंतर्यामी असलेलं परमचैतन्य, स्वानुभव)

भ्रम, तथ्य आणि सत्य यांतील फरक

भ्रम, तथ्य आणि सत्य या तिन्ही बाबी पूर्णतः भिन्न आहेत. भ्रम म्हणजे दिखाऊ सत्य... जे वरकरणी सत्य भासतं, पण प्रत्यक्षात त्याचं अस्तित्वच नसतं. उदाहरणार्थ- पाण्यात काठी टाकल्यावर मनुष्याच्या मनात, 'पाण्यात गेल्यावर काठी वाकडी होते' असा भ्रम निर्माण होतो. पण खरंतर काठी सरळच असते. त्याला ती वरकरणी पाहता वक्र दिसते इतकंच! अगदी याचप्रमाणे, मनुष्याच्या मनात अनेक भ्रम निर्माण होऊ शकतात. यामागील मुख्य कारण म्हणजे 'अज्ञानरूपी अंधार'. अंधारात मनुष्याला दोरीसुद्धा सापासमान भासते. भिंतीवर टांगलेला कोटही त्याला भुतासमान भासतो. पण त्या खोलीत प्रकाश येताच मनुष्याचा भ्रम नाहीसा होतो आणि त्याच्यासमोर सत्य प्रकटतं.

तथ्यचा अर्थ आहे, वस्तुस्थिती (Facts). तर्क आणि अनुभव यांच्या आधारे मनुष्य काही गोष्टींना तथ्य मानतो. पण 'तथ्य' हे नेहमी 'सत्य' असलंच पाहिजे, असं मुळीच आवश्यक नाही. समजा, एखादा मनुष्य म्हणेल, 'पृथ्वी गोल नसून ती सपाट आहे.' आता असं बोलण्यामागे त्याच्याकडे काही तथ्य आहेत. तो म्हणेल, 'माझ्या पायाखालची जमीन तर सपाटच आहे. शिवाय, मीदेखील सरळ उभा आहे. मला माझ्या पायाखाली कुठे वक्रता किंवा गोल आकार जाणवत नाही.' थोडक्यात, त्याच्यासमोर असणारी वस्तुस्थिती (तथ्य) सांगते, 'पृथ्वी गोल नाही.' पण त्या मनुष्यासमोर असणारी ही वस्तुस्थिती म्हणजे 'सत्य' मुळीच नव्हे. कारण पृथ्वी गोल आहे, ही बाब आता विज्ञानानं सिद्ध केली आहे. वास्तवात गुरुत्वाकर्षणाच्या शक्तीने पृथ्वीवर उलट दिशेनं उभा राहिलेला मनुष्य स्वतःला सरळच उभा असल्याचं मानतो.

जसं, सूर्यासमोर ढग येताच सूर्य मावळल्याचा भ्रम निर्माण होतो. रात्री तर आपल्यासमोर एकच तथ्य असतं, की सूर्य मावळला आहे. पण हे मुळीच सत्य नाही. सूर्य मावळत नसून पृथ्वीच्या परिभ्रमणामुळे (सूर्याभोवती लंबवर्तुळाकार गतीत फिरण्याने) आपल्याला सूर्योदय किंवा सूर्यास्त जाणवतो. वास्तविक सूर्य तिथेच आहे; केवळ पृथ्वीच्या परिभ्रमणामुळे आपल्याला तसा आभास होतो.

सूर्य उगवला किंवा मावळला या दोन्ही गोष्टी असत्य असून 'सूर्य एकाच जागी स्थिर असून, पृथ्वी त्याच्याभोवती फिरत आहे', हे वास्तव आहे. पृथ्वीच्या परिभ्रम णामुळेच आपण दिवस, रात्र अनुभवतो. आपण आकाशात चंद्राच्या विविध कला पाहतो. पौर्णिमेला पूर्ण चंद्र दिसतो, तर अमावस्येला सर्वत्र अंधार असतो. तसं पाहिलं तर चंद्राचे विविध आकार आपण पाहतो, पण चंद्र कधी कमीही होत नाही किंवा कधी वाढतही नाही.

अगदी याचप्रमाणे, मनुष्याचा सर्वांत मोठा एक भ्रम आहे. तो म्हणजे, 'शरीराचा मृत्यू होताच मनुष्याचं अस्तित्व नाहीसं होतं.' कारण याबाबत अनेक तथ्यं माणसाकडे आहेत. जसं, घरात एखाद्याचा मृत्यू होताच त्याच्या मृतदेहावर अग्निसंस्कार करावे लागतात. परिणामी, तो दिसेनासा होता. मग माणूस म्हणतो, 'खरंच! आता माझ्या मृत नातेवाइकाचं काही अस्तित्वच उरलं नाही...' पण हा सर्वांत मोठा भ्रम आहे. कारण मृत्यूनंतरही मनुष्य 'सूक्ष्म देह'रूपात अस्तित्वात असतो. 'मृत्यूनंतरही मनुष्याचं सूक्ष्म देहाच्या रूपात जीवन सुरूच असतं', हे सत्य आहे. पण या सर्वांपलीकडे एक तेजसत्य आहे. तेजसत्य म्हणजे 'सत्य-असत्य' यांपलीकडे असणारी सर्वोच्च बाब (अंतिम सत्य) होय. आता 'मृत्यू' या संकल्पनेविषयी असणारं तेजसत्य समजून घेऊया- 'जन्म आणि मृत्यू अशा कोणत्याही गोष्टी नसतात. खरंतर चराचरात केवळ एकच परमचैतन्य भरून उरलंय. हे चैतन्यच विविध शरीरांच्या माध्यमातून लीला करत असतं.'

तथ्यामागे लपलेलं सत्य पाहा

मनुष्यानं नेहमी सर्वोच्च सत्यावर (तेजसत्यावर) स्वतःचं लक्ष केंद्रित करायला हवं. मनुष्याला त्याच्या जीवनात अनेक घटनांचा, समस्यांचा सामना करावा लागतो. परिणामी त्याच्या मनात भ्रम निर्माण होतो आणि तो दुःखी होतो. 'आता माझं काय होईल... सध्या बाजारात मंदी आहे... माझा व्यवसाय ठप्प तर नाही ना होणार, मी गरीब तर नाही ना होणार! आता माझं वय वाढत चाललंय. या वृद्धत्वामुळे मला यातना, वेदना आणि आजारपणच भोगावं लागणार, आजकाल मुलं थेट वृद्धाश्रमाची

वाट दाखवतात... महागाई वाढत चालली आहे... एवढ्या कमी खर्चात माझं कसं भागेल... मुलं कशी मोठी होतील... समस्यांचा विळखा इतका वाढलाय, आता मी मुलांकडे कसं लक्ष देऊ... या वर्षी तीव्र दुष्काळ आहे... मला कॅन्सर तर नाही ना होणार... आजकाल कधी काय होईल, काहीच सांगता येत नाही...' अशा प्रकारे, मनुष्याच्या मनात अनेक भ्रम निर्माण होत असतात.

मग, त्याचे असे जर विचार असतील तर कोणी निश्चिंतपणे जगू शकेल का? खरंतर भ्रमाचा भोपळा जोवर फुटत नाही, तोवर मनुष्य व्यर्थ चिंतांनी ग्रासून जातो. म्हणून मनात भ्रम तयार होताच, तुम्ही स्वतःला सातवा प्रश्न विचारायला हवा– '**ही घटना म्हणजे भ्रम, तथ्य, सत्य की तेजसत्य आहे?**'

यासाठी तुम्हाला भ्रम निर्माण करणारं कारणच म्हणजे तुलना करणारं मनच नाहीसं करावं लागेल, जे त्याला नेहमीच त्रस्त करतं. पण आता तुम्हाला त्याच तुलनात्मक मनाला प्रश्न विचारायचाय, '**ही घटना म्हणजे नेमकं काय आहे... भ्रम, तथ्य, सत्य की तेजसत्य?**' जेणेकरून तुम्हाला भ्रमात दडलेल्या सत्याचं दर्शन घडेल आणि अंतर्यामी प्रगाढ शांतीची अनुभूती येईल.

समजा, एखाद्या मनुष्यानं वैद्यकीय तपासणी केली आहे. आता त्याच्या मनात, 'अरे बाप रे! माझा रिपोर्ट पॉझिटिव्ह तर येणार नाही ना... मला अमुक आजार तर झाला नसेल ना...' असा भ्रम तयार होऊ शकतो. पण अशा वेळी त्यानं स्वतःला प्रश्न विचारायला हवा, '**माझ्या मनात निर्माण झालेला हा विचार म्हणजे नेमकं काय आहे... भ्रम, तथ्य, सत्य की तेजसत्य?**' योग्य प्रश्न विचारल्यावर तुम्ही मनःशांती अनुभवाल, मग भलेही तुमचा रिपोर्ट काहीही येवो!

मनात नकारात्मक, दुःखद विचार येताच स्वतःला विचारा, 'हा विचार म्हणजे

माझा भ्रम तर नव्हे? या विचारात खरंच इतकी ताकद आहे का, ज्यामुळे मी इतका दुःखी होतोय? यात काही तथ्य आहे का? हा केवळ एक विचार आहे की हे सत्यही आहे? मग या विचारापलीकडे असणारं सर्वोच्च सत्य, तेजसत्य काय आहे बरं?' अशा प्रकारे, स्वतःला योग्य प्रश्न विचारून वास्तवाचं, सत्याचं दर्शन करा. 'दुःख म्हणजे नेमकं काय, दुःख मुळात कुठून निर्माण होतं, मी दुःखी आणि चिंताग्रस्त का होतो?' असे योग्य प्रश्न विचारल्याने तुम्ही दुःखातून मुक्त व्हाल.

लक्षात घ्या, छोट्या-छोट्या घटनांमुळे जर तुम्ही दुःखी होत असाल, तर तुमच्यात काही चुकीच्या समजुती, अज्ञान आणि अयोग्य धारणा आहेत, असा याचा अर्थ होतो. आता तुम्हाला स्वतःशी संवाद साधावा लागेल. स्वतःला योग्य प्रश्न विचारावे लागतील. तेव्हाच तुमच्यासमोर वास्तव प्रकटेल.

आता एखाद्याच्या मनात विचार आला, 'मी गरीब तर नाही ना होणार... माझ्या अकाउंटमधून कोणी पैसे तर नाही ना चोरणार... बँकेतील कर्मचाऱ्यांकडून काही चूक तर नाही ना होणार... आजकाल फसवेगिरी खूप वाढली आहे...' अशा वेळी सर्वप्रथम त्या मनुष्यानं शांत व्हायला हवं आणि स्वतःला योग्य प्रश्न विचारायला हवा, 'माझ्या मनात निर्माण झालेला हा विचार म्हणजे नेमकं काय आहे... भ्रम, तथ्य, सत्य की तेजसत्य?' योग्य प्रश्न विचारताच तुमचं मनन सुरू होईल आणि तुम्ही योग्य कृती कराल. जसं, बँकेत जाऊन स्वतःचं खातं तपासणं, मिळकत आणि खर्च यांत ताळमेळ साधणं इत्यादी.

एखाद्याच्या मनात विचार येतो, 'आज खूपच थंडी आहे.' आता अशा माणसासाठी 'थंडी' हे दुःखाचं कारण ठरतं. पण अशा वेळी सातवा प्रश्न विचारायला हवा, 'मला खूप थंडी वाजतेय म्हणजे नेमकं काय होत आहे... हे भ्रम, तथ्य, सत्य आहे की तेजसत्य?' बहुतांश लोक म्हणतील, की हा भ्रम नसून हे तर सत्य आहे, वास्तव आहे. कारण सध्या मी आणि आसपास असणाऱ्या सर्व लोकांनी स्वेटर घातलाय. थोडक्यात, 'सर्वांनी स्वेटर घातलाय' हे तथ्य उपलब्ध आहे. पण आता विचार करा, जे लोक १ डिग्री सेल्सियस तापमानाच्या प्रदेशात राहतात, त्यांना जर त्यावेळी विचारलं तर ते म्हणतील, 'इथे तर मुळीच थंडी नाहीये. उलट आम्हाला तर खूप गरम होतंय.' याचाच अर्थ, लोक त्यांच्या मनाविरुद्ध, सापेक्षतेनुसार म्हणजेच इतर गोष्टींशी तुलना करून उत्तर देतात. एखाद्या माणसाला कंटाळवाणं काम दिलं, तर त्याच्यासाठी तो अवधी खूप मोठा ठरतो. आता कुठे एकच मिनिट झाला... अद्याप दहा मिनिटं

व्हायची आहेत. पण समजा, त्याच मनुष्याला त्याच्या आवडत्या कलाकाराचा चित्रपट बघण्याची संधी मिळाली, तर तो म्हणेल, 'वेळ कसा भुर्रकन गेला, काही समजलंच नाही.' थोडक्यात एका प्रसंगात वेळ म्हणजे खूप मोठा अवधी वाटतो, तर दुसऱ्या प्रसंगात तो एका क्षणासमान भासतो. म्हणजेच मनुष्य जो प्रतिसाद देतो, तो परिस्थितीवर अवलंबून असतो. यालाच म्हणतात, 'सापेक्षता'. मात्र वेळ कमी किंवा अधिक असूच शकत नाही, हे सत्य आहे.

बऱ्याचदा नातेसंबंधात कटुता येण्यामागे आपलं अज्ञानच कारणीभूत असतं. काही लोक आपल्या नातेवाइकांविषयी उगाचच गैरसमज करून घेतात, 'अमुक नातेवाईक मला समजूनच घेत नाही... तो तर माझा तिरस्कार करतो... त्याला तर माझ्याविषयी मुळीच प्रेम वाटत नाही...' पण असे नकारात्मक विचार मनात येताच स्वतःला विचारा, 'हे विचार म्हणजे नेमकं काय आहे, भ्रम, तथ्य, सत्य की तेजसत्य?'

आता काही लोक म्हणतील, 'आमच्या आयुष्यात असे काही नातेवाईक आहेत, जे खरंच खूप चुकीचं वागतात.' आता त्यांच्या या विधानामागे काही तथ्यंही असू शकतात. जसं, कोणी त्यांचा विश्वासघात केलेला असतो, तर कोणी त्यांना शिवीगाळ केलेली असते, पण तरीही ही बाब मुळीच सत्य नसते. कारण लोक वाईट वागतात यामागे त्यांचे विकार आणि त्यांच्या चुकीच्या वृत्ती कारणीभूत असतात. **'लोक वाईट नसून त्यांच्या वाईट सवयी आणि वृत्तीच त्यांना दुर्व्यवहार करण्यास भाग पाडतात' हेच एकमात्र सत्य आहे.**

माणसाच्या मनात नकारात्मक भाव जागृत होताच, तो अस्वस्थ होतो. मग स्वतःच्या मनातील राग तो इतरांवर काढतो. रागाच्या भरात तो इतरांना शिवीगाळ करतो. इतकंच काय, तर तो कधी-कधी हिंसकही बनतो. बॉस आपल्या कर्मचाऱ्यांवर ओरडतो, तर सासू सुनेवर आपला राग काढते, मालक घरातील नोकरांवर ओरडतो, तर उच्च पदावर काम करणारी व्यक्ती तिच्या हाताखालील कर्मचाऱ्यांना ओरडते... अशाप्रकारे, मनुष्याच्या मनात निर्माण झालेली तीव्र भावना तो इतरांवर ओरडून व्यक्त करतो.

एखादी व्यक्ती क्रोधवश म्हणते, 'तू माझ्याशी मुळीच बोलू नकोस.' आता अशावेळी त्या व्यक्तीच्या तोंडून बाहेर पडणारे शब्द ऐकून खरंतर नाराज होण्याची गरजच नसते. कारण क्रोधी मनुष्याला तो काय बोलतोय, याचं मुळीच भान नसतं. त्यामुळेच अशा व्यक्तीचं बोलणं शांतपणे ऐकून मग पाहा, कदाचित तीच व्यक्ती

तुम्हाला काही वेळाने येऊन सांगेल, 'तूच माझा खरा हितचिंतक आहेस.' तुमच्यासमोर जेव्हा असा प्रसंग येईल, तेव्हा स्वतःला सांगा, 'हा मनुष्य त्याच्या क्रोधी वृत्तीमुळे इतका हतबल झाला आहे. तो जे काही चुकीचं वागतोय, त्यामागे त्याच्या चुकीच्या वृत्ती आणि सवयीच कारणीभूत आहेत.'

तात्पर्य, प्रत्यक्षात लोक वाईट नसून त्यांच्या विकारांमुळे, वृत्तीमुळे ते चुकीचं वागत असतात. खरंतर या वृत्ती (टेन्डन्सीज) त्यांच्याकडून चुकीची कामं करून घेतात. अशा वेळी त्यांच्यातर्फे तुम्ही ईश्वराची क्षमा मागा. असं करून तुम्ही त्यांना शांत होण्यासाठी एक प्रकारे मदतच करत असता. त्यांच्या समस्या ऐकून नकारात्मक भावनेतून मुक्त होण्यासाठी जणू त्यांना मदतच करत असता.

समजा, एखाद्याच्या मनात भ्रम निर्माण झाला, 'आजकालची मुलं खूपच खोडकर आणि चंचल आहेत', तेव्हा त्यानं स्वतःला सातवा प्रश्न विचारायला हवा. जेणेकरून सत्य त्याच्यासमोर प्रकट होईल– 'आजकालची मुलं खोडकर, चंचल आहेत, हा तर निव्वळ एक भ्रम आहे. मुलं श्रीकृष्णाची वारंवार नक्कल करताहेत, हेच एकमात्र सत्य आहे.' वास्तविक 'मुलं म्हणजे साक्षात ईश्वराची प्रतिकृती... कारण लहान मुलं नेहमीच निष्पाप, निरागस असतात... ती परमानंदाचा अनुभव घेत हृदयस्थानावर असतात', हेच तेजसत्य आहे. खरंतर जसजसं आपलं वय वाढत जातं, तसतशी मोहमायेची, धारणांची आणि भ्रमाची धूळ आपल्या अस्तित्वावर जमा होऊ लागते. पण आता ही समज मिळाल्याने आपल्याला योग्य प्रश्न विचारून ती धूळ झटकायची आहे.

परिवर्तन- जीवनाचा नियम

काही व्यापाऱ्यांच्या मनात एक विचार सतत डोकावत असतो, 'सध्या बाजारात मंदी आहे.' खरंतर त्यांनी यावर मनन करून जाणायला हवं, की मंदीचा विचार हा तर निव्वळ भ्रम आहे. कारण 'मंदीतच संधी दडलेली असते', हे सत्य आहे. खरंतर आजवर मंदी काही काळासाठीच येते, पण त्यानंतर मात्र जग उत्कर्षाकडेच झेप घेतं, हा आजवरचा इतिहास आहे. शिवाय, यामागील तेजसत्य प्रत्येकानंच समजून घ्यायला हवं– 'संतुलन हा निसर्गाचा स्थायिभाव आहे. मंदीच्या रूपात निसर्ग काही अवधीसाठी विश्रांती घेतो. जेणेकरून व्यापारासंबंधी, औद्योगिक विकासासंबंधी लोकांच्या मनात सर्जनशील विचार यावेत. वर्षानुवर्षे सुरू असणारी व्यापाराची एकसुरी पद्धत नाहीशी होऊन त्या जागी नवनवीन कल्पना याव्यात, नवनिर्मिती व्हावी हीच निसर्गाची इच्छा असते. प्रत्येक मनुष्य आणि समाज विकासाच्या पुढील स्तरावर पोहोचावा, यासाठीच

निसर्ग 'मंदी'च्या रूपात समस्या निर्माण करतो.'

मनुष्यानं एका विशिष्ट चाकोरीबद्ध पद्धतीनं काम करणं टाळावं, नवनिर्माण करावं, यासाठी निसर्ग 'मंदी'च्या रूपात नवनवीन संकेत देतो. जेणेकरून मनुष्य पुनर्विचार करेल, कार्य करण्याच्या नवीन पद्धती शोधेल. शिवाय, नवविचार करताना त्याची बुद्धी लवचीक बनेल. जुन्या चौकटी मोडून तो नावीन्याची कास धरेल. केवळ व्यापारातच नव्हे, तर नातेसंबंधातही मनुष्यानं प्रेम व्यक्त करण्याच्या, क्षमा मागण्याच्या, ध्यान करण्याच्या नवीन पद्धती शोधायला हव्यात. तेव्हाच त्याच्या जीवनात नवचैतन्य बहरेल.

मनुष्य जेव्हा नवीन गोष्टी शिकण्याचं नाकारतो, तेव्हा त्याला मंदीचा सामना करावा लागतो. मंदी तुम्हाला विचार करायला भाग पाडते. खरंतर निसर्ग तुम्हाला जागृत करण्यासाठी अशा नवनवीन घटना निर्माण करतो. हे निसर्गाचं तुमच्यावर असणारं एक प्रकारचं प्रेमच नव्हे का?

जीवनात घडणारी प्रत्येक गोष्ट आपल्याला नवीन ऊर्जा बहाल करण्यासाठीच असते, हे तेजसत्य आहे. तेव्हा विचारांना दिशा द्या आणि भ्रमामागे लपलेल्या 'तेजसत्या'वरच आपलं लक्ष केंद्रित करा.

आता आपण रोजच्या जगण्यातील काही उदाहरणं पाहणार आहोत-

तथ्य : मला रोजच ठेवावं लागतं घर स्वच्छ!

भ्रम : चारी दिशांना पसरलंय घाणीचं साम्राज्य.

सत्य : अंतर्मनाची कर सफाई, कारण तिथे आहे विकारांचं राज्य.

तेजसत्य : अंतर्बाह्य साफ करण्यासाठी ईश्वर नेहमीच असतो सज्ज!

***

तथ्य : लोक माझ्याकडे पाहूनही करतात दुर्लक्ष.

भ्रम : माझ्याकडे कोणीच देत नाही लक्ष.

सत्य : माझ्या अंतर्यामी बहरतोय सहनशक्तीचा वृक्ष!

तेजसत्य : लोकांच्या माध्यमातूनच ईश्वर मला करतोय दक्ष.

***

तथ्य	:	होत नाही माझं काम, त्यामुळे झालोय मी हताश.
भ्रम	:	काहीच होत नाही मनासारखं, झालोय मी उदास.
सत्य	:	उदासीतून मुक्त होऊ शकतो मी. कारण मी आहे ईश्वराचा दास.
तेजसत्य	:	माझ्या अंतर्यामी आहे, खऱ्या अस्तित्वाचा अनुभव खास.

***

तथ्य	:	मी तर बेरोजगार आहे.
भ्रम	:	मी खूपच दुःखी आहे.
सत्य	:	तरीही मी अनेकांपेक्षा सुखी आहे.
तेजसत्य	:	मी तर सदा सर्वसुखी (स्वानुभव) आहे.

***

तथ्य	:	माझ्या सहकाऱ्याने दिलाय मला धोका.
भ्रम	:	माझ्या पाठीत खुपसलाय सुरा.
सत्य	:	माझ्या विचारांमध्येच आहे घोटाळा.
तेजसत्य	:	विचार बदलताच धोकाही आहे केवळ मोका!

***

तथ्य	:	माझा मुलगा डॉक्टर झाला.
भ्रम	:	मला वाटलं, मीच त्याला डॉक्टर बनवला.
सत्य	:	पण ईश्वराने मनुष्य घडवला.
तेजसत्य	:	खरंतर, ईश्वरच माणूस बनून आला.

***

तथ्य	:	माझ्या घरात झाली चोरी.
भ्रम	:	जगात चालू आहे बेइमानी आणि लाचखोरी.
सत्य	:	ईश्वरासमीप जाण्याची ही व्यवस्था आहे सारी.

तेजसत्य : डोकावून पाहा, तुझ्या विचारांची तिजोरी.

***

तथ्य : मला गुडघ्यात जाणवताहेत वेदना.

भ्रम : मला सहन होत नाहीत या तीव्र संवेदना.

सत्य : आजार नसून ही तर आहे निसर्गाची रचना.

तेजसत्य : स्वतःचं खरं 'स्व'रूप जाणण्यासाठी कर प्रार्थना.

***

Q♥

खंड

२

Q♥

प्रस्तावना
7 लाभदायी प्रश्न

प्रस्तुत पुस्तकाच्या पहिल्या खंडात आपल्याला सात प्रश्नांचं आकलन झालं. हे सात प्रश्न म्हणजे आपल्याला लाखमोलाची शिकवण देणारे, जीवनाला नवी दिशा प्रदान करणारे प्रश्न होत. एक योग्य प्रश्न विचारल्याने आपल्या जीवनाचा कायापालट होऊ शकतो, हे या प्रश्नांच्या माध्यमातून आपण जाणलं. नकारात्मकता आणि दुःखरूपी अंधारातून ज्ञान, भक्ती, आनंद आणि शांतीरूपी प्रकाशपर्वात नेण्याची क्षमता योग्य प्रश्नांमध्ये असते. पुस्तकाच्या या खंडातही असेच सात शक्तिशाली प्रश्न प्रस्तुत करण्यात आले आहेत. खरंतर या प्रश्नांमुळे आपल्याला होणाऱ्या लाभाची आपण कल्पनाही करू शकणार नाही.

आता 'एखाद्या गोष्टीचा लाभ होणार आहे' असं म्हणताच मनात एक वेगळंच चित्र तयार होतं. कोणाच्या डोळ्यांसमोर 'धनलाभा'चं चित्र येतं, तर कोणासाठी 'वेळेची बचत' हाच सर्वांत मोठा लाभ असू शकतो. थोडक्यात, 'लाभ' या शब्दाचा अर्थ प्रत्येकासाठी वेगवेगळा असू शकतो.

एकदा भूरालाल केस कापण्यासाठी सलूनमध्ये गेला होता. पण जेव्हा तो परत

आला, तेव्हा त्याच्या डोक्यावर अतिशय कमी केस होते. ते पाहून त्याच्या मित्रानं आश्चर्यानं विचारलं, 'तू यावेळी केस खूपच कमी केले आहेस.' त्यावर भूरालाल म्हणाला, 'खरंतर मला माझे केस इतके कमी करायचे नव्हतेच मुळी! पण न्हाव्याकडे मला देण्यासाठी पाच रुपये सुट्टे नव्हते. मग मी त्या मोबदल्यात त्याला आणखी केस कमी करण्यास सांगितलं. पाहिलंस! मी माझे पाच रुपये कसे वाचवले ते!'

अशाप्रकारे लोक आकर्षक शॉपिंग ऑफर्सना बळी पडतात आणि अनावश्यक वस्तूंची खरेदी करून येतात. पण नंतर ही शॉपिंगच त्यांच्यासाठी नुकसानदायी ठरते. यासाठीच एखादी गोष्ट खरंच लाभदायक आहे का, याचा साकल्याने विचार करायला हवा. 'बाहेरून आकर्षक दिसणारी बाब पुढे जाऊन आपलं नुकसान तर नाही ना करणार!' याचा विचारच ते करत नाहीत. काही लोक किरकोळ पैसे वाचवण्यासाठी बस किंवा ट्रेनमध्ये बसल्यावर तिकीटच काढत नाहीत. पण अप्रामाणिकपणा, खोटेपणा यांमुळे आपलं किती मोठं नुकसान होतं, हे त्यांच्या लक्षातच येत नाही.

आता मात्र आपल्याला 'लाभ' या शब्दाचा खरा अर्थ समजून घ्यायचाय. काही लाभ आपल्याला 'लाभ' आणि 'नुकसान' या दोन्ही गोष्टींपलीकडे घेऊन जातात. या प्रश्नांची उत्तरं आपल्याला केवळ शोधायची नसून त्यांचा जीवनात प्रत्यक्ष अवलंब देखील करायचाय. प्रस्तुत खंडातील प्रत्येक अध्यायात तुम्हाला एका लाखमोलाच्या प्रश्नावर मनन करायचंय.

योग्य प्रश्न विचारल्याने होणारे लाभ :

१. **नवीन पर्याय** : योग्य प्रश्न विचारल्याने आपल्यासमोर नवीन पर्याय येतात. मग नवीन पर्याय समोर असल्यावर मनुष्याच्या विचार करण्याच्या पद्धतीतही नावीन्य येतं. थोडक्यात, नवविचार, भावना, नवीन शब्द असे अनेक पैलू मनुष्य अनुभवू लागतो. खरंतर जुन्यापुराण्या, साचेबद्ध विचारांमुळे कोणत्याही समस्येचं समाधान प्राप्त होऊ शकत नाही. यासाठीच योग्य प्रश्न विचारण्याची कला आत्मसात करायला हवी.

२. **प्रश्नाचं उत्तर** : अज्ञानातून मुक्त होण्याचा सर्वांत प्रभावी उपाय म्हणजे 'योग्य प्रश्न विचारण्याची कला आत्मसात करणं'. पण बहुतांश लोक योग्य ठिकाणी अयोग्य आणि अयोग्य ठिकाणी योग्य प्रश्न विचारतात. मनुष्य जेव्हा आव्हानात्मक स्थितीत असतो, तेव्हा त्यानं स्वतःला योग्य प्रश्न विचारायला हवेत. खरंतर आव्हानं किंवा दुःख ही निसर्गाची योजना असते. मनुष्यानं योग्य प्रश्न विचारण्याचं कौशल्य अंगी बाणवावं, हाच या योजनेमागचा उद्देश असतो. पण कठीण परिस्थिती येताच मनुष्य 'माझ्याच

नशिबात हे भोग का... हे देवा, आता मी काय करू...' असे प्रश्न विचारतो. पण हे प्रश्न योग्य आहेत का? याऐवजी 'जी समस्या आली आहे, तिचा मी स्वीकार करतोय. आता यावरील सर्वोत्तम उपाय काय बरं असू शकतो?' हा योग्य प्रश्न विचारल्याने तुमच्यासमोर नवीन दरवाजे उघडतील.

यावेळी योग्य प्रश्न काय आहे?

३. **रचनात्मकता** : योग्य प्रश्न विचारल्याने मनुष्याच्या अंतर्यामी असणारा रचनाकार जागृत होतो. उदाहरणार्थ, तुम्ही एखादा टेबल पाहून म्हणता, 'हा टेबल नवीन आहे की जुना? या टेबलात अशा आणखी कोणत्या शक्यता आहेत?' तुम्ही जर त्यात आणखी काही शक्यता पाहू शकलात, तर मग तो टेबल जुनाच ठरला ना! त्या टेबलमध्ये ज्यावेळी अनेक नवीन पैलू जोडले जातील, तेव्हाच तो नवीन आहे, असं म्हणता येईल. अशा प्रकारे प्रश्नांची शक्ती मनुष्याला रचनात्मक, सकारात्मक आणि आनंदी बनवते. तर चुकीच्या, अयोग्य प्रश्नांमुळे तो अज्ञानाच्या, बोरडमच्या आणि दुःखाच्या दरीत कोसळतो.

४. **सर्वोच्च अभिव्यक्तीसाठी संकेत** : योग्य प्रश्न म्हणजे सर्वोच्च अभिव्यक्तीसाठी नियतीने दिलेले संकेत! योग्य प्रश्नांमुळे अज्ञान दूर होतं आणि नवनिर्माणाच्या शक्यता खुलतात.

५. **पृथ्वी लक्ष्याची प्राप्ती** : प्रत्येक घटनेत योग्य प्रश्न विचारल्याने सुख, समृद्धी, धन-दौलत, नातेसंबंधात माधुर्य आणि सांसारिक सफलता प्राप्त होते. पण योग्य प्रश्न विचारण्याच्या कलेमुळे मनुष्य त्याचं पृथ्वी लक्ष्यही प्राप्त करू शकतो. प्रत्येक मनुष्य एका सर्वोच्च उद्देशपूर्तीसाठीच या पृथ्वीतलावर आलाय. 'स्वतःचं असीम रूप जाणणं आणि सर्वोच्च आनंदात स्थापित होणं' हेच पृथ्वी लक्ष्य आहे.

छोट्या नचिकेताने यमराजाला योग्य प्रश्न विचारून स्वतःचं 'पृथ्वी लक्ष्य'

साकारलं. संत ज्ञानेश्वरांनी त्यांचे ज्येष्ठ बंधू निवृत्तिनाथ यांना योग्य प्रश्न विचारून जीवनाचा अर्थ जाणला. नारदाने असंत रत्नाकरला योग्य प्रश्न विचारून जागृत केलं आणि त्याचं रूपांतर वाल्मिकी ऋषीत झालं. 'मी कोण आहे?' हा योग्य प्रश्न विचारून मनुष्य सर्वोच्च आनंद, विनाअट प्रेम आणि मौन या दिव्य गुणांचा अनुभव घेऊ शकतो.

योग्य प्रश्न विचारण्याचं महत्त्व जाणून तुम्हालाही योग्य वेळी सजग व्हायचंय. मोहमायेत अडकण्यापूर्वी... शॉपिंगला जाण्याआधी... कोणाला दुखावण्यापूर्वी... स्वतः दुःखी होण्यापूर्वी... कोणत्याही समस्येचं उत्तर शोधण्यापूर्वी... अस्वस्थ झाल्यानंतर... चेतना, सजगता कमी होताच केवळ एक काम करायचंय. ते म्हणजे, स्वतःला त्वरित योग्य प्रश्न विचारायचा आहे. चला तर मग असे योग्य प्रश्न जाणण्याचा शुभारंभ करूया.

...सरश्री

अध्याय १७

दिव्य तरंगाशी ताळमेळ साधा

पहिला लाभदायी प्रश्न

यापूर्वी आलेल्या प्रश्नांपैकी पहिल्या प्रश्नात 'दिव्य तरंग' आणि 'रेडिओ'चा उल्लेख आला आहे. वास्तविक 'दिव्य तरंग' म्हणजे सोर्सचं, स्रोताचं प्रतीक. हा सोर्स म्हणजे ईश्वर, अल्लाह, गॉड, सेल्फ अथवा निसर्ग! निसर्ग सर्वत्र प्रेम, आनंद, शांती, समृद्धी, उत्साह, भक्ती आणि ज्ञानाची दिव्य ऊर्जा यांचं प्रसारण करत असतो. निसर्गाचा मुख्य गुण म्हणजे विपुलता, सहजता, सुंदरता, संपन्नता आणि रचनात्मकता!

त्याचप्रमाणे प्रश्नात उल्लेख करण्यात आलेला रेडिओ म्हणजे मनुष्याची आंतरिक मनोवस्था! प्रत्येक मनुष्याचा अंतर्यामी असणारा रेडिओ हा निसर्गाशी जोडलेला असतो. पण जसजसा मनुष्य मोठा होत जातो, तसतसा तो संसाराच्या मोहजाळात अडकतो. त्याचं निर्मळ मन कट-कारस्थान, अहंकार, ईर्षा, द्वेष, निराशा, दुःख, महत्त्वाकांक्षा अशा विकारांमुळे दूषित होतं. परिणामी, निसर्गासोबत असणारा त्याचा ताळमेळ (ट्युनिंग) बिघडतो.

मग निसर्गाशी असणारा ताळमेळ बिघडताच मनुष्य दुःखी, अयशस्वी, अस्वस्थ बनतो, त्याला अपूर्ण वाटू लागतं. पण जेव्हा तो पुन्हा निसर्गाशी ताळमेळ साधतो, तेव्हा

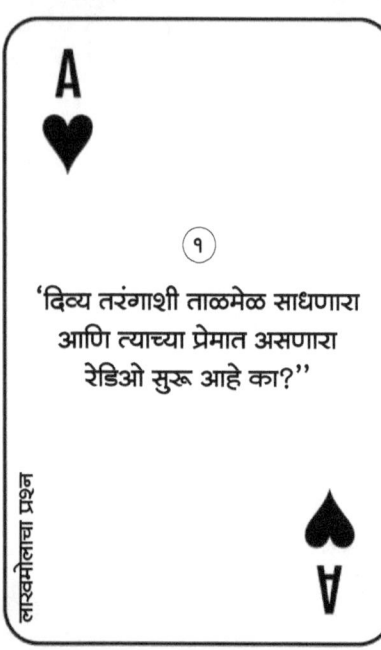

'दिव्य तरंगाशी ताळमेळ साधणारा आणि त्याच्या प्रेमात असणारा रेडिओ सुरू आहे का?'

नेहमी आनंदी राहतो. त्यानंतर त्याचा हा आनंद कुठल्याही बाह्य गोष्टीवर अवलंबून राहत नाही तर त्याला प्रत्येक समस्येचं समाधान स्पष्टपणे दिसू लागतं.

सध्या तुमच्या मनाची अवस्था कशी आहे? दिव्य तरंगाशी म्हणजेच निसर्गाशी तुमचा ताळमेळ आहे का, हे जाणून घेण्यासाठी तुम्हाला एक प्रश्न स्वतःला विचारायचा आहे- 'दिव्य तरंगाशी ताळमेळ साधणारा आणि त्याच्या प्रेमात असणारा रेडिओ सुरू आहे का?'

येथे प्रेमाचा अर्थ आहे, रेडिओला सतत स्रोताच्या सान्निध्यात राहायचं आहे. दिव्य तरंगाशी ताळमेळ बिघडू, मिसट्यून होऊ नये याच प्रयत्नात तो सदैव असतो. म्हणून हा प्रश्न विचारताच, 'यावेळी तुमची अंतर्यामी स्थिती कशी आहे?' याचं आकलन तुम्हाला होऊ लागतं.

रेडिओत थोडी खरखर आली आहे. याचाच अर्थ, तुम्ही दुःखी आहात... तुमची चिडचिड होत आहे... तुम्हाला बोर होत आहे... काही गोष्टींचा अस्वीकार होत आहे तर याचाच अर्थ, तुम्ही मिसट्यून आहात. पण जेव्हा तुमच्या मनात प्रेम, आनंद, आश्चर्य आणि ईश्वराची स्तुती करण्याची भावना असते, तेव्हा तुमचा दिव्य तरंगाशी ताळमेळ असतो, स्रोतासोबत तारतम्य असतं.

मात्र तुम्हाला जेव्हा रेडिओतून मधुर संगीताऐवजी खरखर ऐकू येते, तेव्हा तुम्ही एकच काम करता, रेडिओ योग्य तरंगाशी ट्यून करता. अर्थात, जीवनात समस्या येताच तुम्हाला रेडिओ तुमच्या अंतर्यामी असणाऱ्या स्रोताशी, दिव्य तरंगाशी ट्यून करायचाय.

रेडिओ ट्यून कसा कराल

खाली देण्यात आलेल्या मार्गांचा अवलंब करून निसर्गाशी म्हणजेच स्रोताशी ताळमेळ साधा-

१. **श्वासावर लक्ष केंद्रित करा :** मनुष्याचे विचार आणि भावना यांचं त्याच्या श्वासाशी अतिशय जवळचं नातं आहे. तणावपूर्ण विचारांमुळे मनुष्याचा श्वास उथळ बनतो. म्हणूनच जेव्हा तणाव असेल, दुःखद विचार सतावत असतील, तेव्हा स्वतःच्या श्वासावर लक्ष केंद्रित करा. दीर्घ श्वास घेऊन हळूवार सोडा. काही वेळ प्रत्येक श्वास साक्षीभावाने जाणा. असं केल्याने हळूहळू तुमच्या मनाची व्याकुळता कमी होऊन दिव्य तरंगाशी तुमचा ताळमेळ वाढेल.

२. **कृपेवर मनन करा :** आतापर्यंत निसर्गाने तुमच्यावर जी कृपा केली आहे, त्यावर सखोल मनन करा. मनुष्य-जन्म लाभणं, उच्च ज्ञान प्राप्त होणं, उत्तम साहित्य वाचायला मिळणं, चांगले नातेवाईक, जिवलग मित्र, योग्य दिशा देणारे गुरू, योग्य संघ, शरीराचा प्रत्येक निरोगी अवयव, जसं सौंदर्याचं दर्शन घडवणारे डोळे, कार्य करण्यासाठी हात, ज्ञान ग्रहण करणारा मेंदू... आतापर्यंत जे काही तुम्हाला मिळालंय, त्यावर मनन करून निसर्गाशी एकरूप व्हा.

३. **कृतज्ञतेची भावना जोपासा :** तुम्हाला जीवनात जे काही मिळालंय, त्याविषयी कृतज्ञता व्यक्त करा. ईश्वराचे पुनःपुन्हा हृदयापासून आभार माना. जे लोक तुमच्यापर्यंत कृपा पोहोचवण्यासाठी निमित्तमात्र झाले आहेत, त्यांचेही आभार माना. ईश्वर, निसर्ग यांच्याविषयी नेहमी कृतज्ञता भाव बाळगा. कृतज्ञतेची भावना सर्व सकारात्मक गोष्टी तुमच्या जीवनात आकर्षित करते. जीवनात येणाऱ्या प्रत्येक वस्तूसाठी उपकृत झाल्याची भावना बाळगून स्वतःला दिव्य तरंगाशी ट्यून करा.

४. **दिव्य प्रकाश (डिव्हाईन लाइट) ग्रहण करा :** पूर्ण विश्वावर आणि तुमच्यावर दिव्य प्रकाश पसरत आहे. तुम्ही हा दिव्य प्रकाश पूर्णपणे ग्रहण करत आहात. त्याच्या सकारात्मक प्रभावाने, तुमच्यातील सर्व प्रकारची नकारात्मकता आणि दुःख विलीन झालंय. तुम्ही दिव्य ऊर्जेने भरून गेला आहात. तुमची चेतना, सजगता वृद्धिंगत होत आहे. तुमच्या सभोवताली प्रेम, मौन, आनंद, सद्भावना यांची पखरण होत आहे. अशी भावना बाळगल्याने आपला दिव्य तरंगाशी लगेच ताळमेळ घडेल.

५. **स्वीकारशक्तीचा उपयोग करा :** मनुष्याच्या जीवनात अनेक वेळा काही बदल घडत असतात, जे त्याला मुळीच आवडत नाहीत. परिवर्तनांचा स्वीकार आपण सहजतेने करत नाही. अशा वेळी विरोध केल्याने मनुष्याच्या समस्या वाढीस लागतात. परिणामी, त्याचा निसर्गासोबत असणारा ताळमेळ बिघडतो. म्हणून तेव्हा निसर्गाला संपूर्ण समर्पण भावनेसह सांगा, 'तुझी इच्छा, तीच माझी इच्छा!' या वाक्याचं उच्चारण

केल्याने तुमच्यात निसर्गाच्या निर्णयांप्रति स्वीकारभाव वाढून त्याच्याशी तुमचा ताळमेळ साधेल.

रेडिओ आणि दिव्य तरंग वेगळे नसून एकच

रेडिओ म्हणजे मनुष्याचं शरीर आणि मन, तर दिव्य तरंग म्हणजे स्वानुभव (निसर्ग, सेल्फ, ईश्वर, चैतन्य) होय. या दोन्हींचा शंभर टक्के ताळमेळ साधला जातो, तेव्हाच ते एकरूप होतात. स्वानुभव प्राप्त असलेले कबीर, गुरू नानक, फकीर मंसूर, ईसा मसीह, भगवान बुद्ध, संत मीराबाई म्हणजे अशाच रेडिओचं प्रतीक, ज्याचा दिव्य तरंगाशी नेहमीच ताळमेळ असतो. अशा आत्मसाक्षात्कारी संतांचं शरीर (रेडिओ) आणि स्रोत (दिव्यतरंग) यांत उत्तम ताळमेळ असतो. आता हीच बाब एका उदाहरणाद्वारे समजून घेऊया-

एकदा भगवान श्रीकृष्णांची पत्नी रुक्मिणी त्यांच्यासाठी दूध घेऊन आली. पण त्यादिवशी दूध नेहमीपेक्षा अधिक गरम होतं. श्रीकृष्णाने ते गरम दूध पिताच त्याच्या मुखातून, 'हे राधेऽऽऽ ' असे शब्द बाहेर पडले. ते ऐकून रुक्मिणीला आश्चर्य वाटलं. 'संपूर्ण विश्व जेव्हा संकटात असतं तेव्हा श्रीकृष्णाच्या नावाचा धावा करतं, पण श्रीकृष्ण मात्र चक्क राधेचं नाव घेताहेत! एकवेळ भगवान शिवाचं नाव घेतलं असतं, तरी काही वाटलं नसतं... पण राधेचं नाव श्रीकृष्णाच्या मुखातून का बरं उच्चारलं जावं?' आता रुक्मिणीच्या मनात विचारांचा गोंधळ उडाला. तिनं उत्सुकतेवश हा प्रश्न श्रीकृष्णांना विचारला. त्यावर भगवान श्रीकृष्ण म्हणाले, 'तू हा प्रश्न राधेलाच का नाही विचारत?'

मग रुक्मिणी राधेला भेटायला गेली. राधेच्या चेहऱ्यावरचं तेज पाहून रुक्मिणीचे डोळे दिपले. रुक्मिणीने राधेचा आशीर्वाद घेण्याची इच्छा व्यक्त केली. तेव्हा राधेचा चरणस्पर्श करताना रुक्मिणीला समजलं, की राधेचे पाय पोळले आहेत. आणि त्यावर खपल्यादेखील आल्या आहेत. रुक्मिणीने राधेला विचारलं, 'आपले पाय तर पोळले आहेत!' त्यावर राधेनं हसत उत्तर दिलं, 'रुक्मिणी, तू भगवान श्रीकृष्णांना जे गरम दूध प्यायला दिलंस, त्यामुळेच माझे पाय पोळले.' रुक्मिणीला आश्चर्य वाटलं. तिचा प्रश्नांकित चेहरा पाहून राधा म्हणाली, 'जे भगवान श्रीकृष्णांच्या हृदयात वसतात, ते खूप संवेदनशील असतात. त्यामुळेच श्रीकृष्णाच्या अवस्थेचा त्यांच्यावर त्वरित परिणाम होतो.' राधेच्या या उत्तरावरून रुक्मिणीला समजलं, श्रीकृष्ण आणि राधा यांच्यात इतका उत्तम ताळमेळ का आहे?

आता तुम्ही या कथेतील पात्रांकडे एका व्यापक दृष्टिकोनातून पाहा. राधा म्हणजे

केवळ एक स्त्री आणि कृष्ण म्हणजे पुरुष नसून, ती प्रतीकं आहेत. राधा म्हणजे असा रेडिओ, जो दिव्य तरंगाशी ट्यून्ड् आहे. येथे आत्मसाक्षात्कारी मनुष्याला रेडिओची उपमा दिली आहे तर श्रीकृष्ण म्हणजे दिव्य तरंगाचं, निसर्गाचं, सेल्फचं, ईश्वराचं प्रतीक होय. जेव्हा एखाद्या शरीरात स्वानुभव प्रकट होतो, तेव्हा त्या शरीराचा संपूर्ण ब्रह्मांडाशी ताळमेळ असतो. त्यामुळेच असा रेडिओ दिव्य तरंगाच्या तालात, प्रेमात असतो. थोडक्यात, दिव्य तरंगाचं प्रतिबिंब या रेडिओमध्ये दिसू लागतं.

मग एक अवस्था अशी येते, जेव्हा रेडिओ आणि दिव्य तरंग हा द्वैतभाव नाहीसा होतो... जणू भक्त आणि भगवान एकरूप होतात... द्वैत मिटून केवळ एकत्वाचा, अद्वैत अवस्थेचा अनुभव होतो. म्हणूनच आपण काही कथांमध्ये वाचलं असेल, की परमभक्ताच्या पायाला जखमा होताच ईश्वराच्या पायातून रक्त वाहू लागतं, भक्त दुःखीकष्टी होताच ईश्वराच्या डोळ्यांतून अश्रू वाहू लागतात. संत मीरादेखील अशाच प्रकारे श्रीकृष्णाच्या भक्तीत समर्पित झाली. थोडक्यात, शरीर आणि स्वानुभव यांत असणारा ताळमेळ दर्शवण्यासाठीच अशा कथा प्रस्तुत केल्या जातात. तुम्हालाही दिव्य तरंगाशी उत्तम ताळमेळ साधायचाय? मग यासाठी पहिला प्रश्न तुमची निश्चितच मदत करेल.

अध्याय १८

अशक्य गोष्ट शक्य कशी कराल

दुसरा लाभदायी प्रश्न

दुसऱ्या लाभदायी प्रश्नामुळे योग्य शब्दांचा वापर करण्याची सजगता आपल्या अंगी येते, हे या प्रश्नाचं वैशिष्ट्य आहे. सत्यप्राप्तीसाठी मार्गक्रमण करणारे अनेक साधक, त्यांच्या बोलण्यात नकारात्मक शब्दांचा वापर करतात आणि स्वतःचं लक्ष्य आणखी कठीण बनवतात. जसं, 'मोहमायेच्या भवसागरातून बाहेर पडणं केवळ कठीणच नव्हे, तर अगदी अशक्य आहे' असा वाक्यप्रयोग करून ते स्वतःच्याच शाब्दिक जाळ्यात अडकतात.

मोहमायेला 'भवसागर' संबोधून माणूस स्वतःचंच नुकसान करून घेतो. यासाठी 'मी 'भवसागर' कसा पार करू?' याऐवजी **'मी 'संभवसागर' कसा पार करू?'** असा प्रश्न विचारायला हवा.

अशा प्रकारे, नकारात्मक शब्दांचा वापर टाळून सकारात्मक शब्दांचा उपयोग करायला हवा. जेणेकरून समस्येवर योग्य उपाय दिसू लागतील. अन्यथा बहुतांश लोक समस्येला 'अशक्य कोटीतील बाब' समजून पुढील मार्गक्रमण थांबवतात. पण 'समस्येतच उपाय दडलेला असतो' हा निसर्गनियम आहे. मग ती कुठलीही समस्या

असो. आर्थिक समस्या असो, शारीरिक दुर्बलता असो, नातेसंबंधात ताणतणाव असो किंवा विश्वाला भेडसावणारी एखादी जटिल समस्या असो... प्रत्येक समस्येवर उपाय हा असतोच.

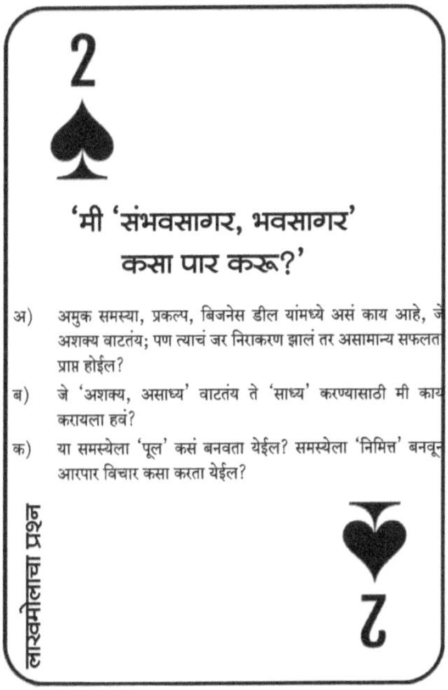

बरेच लोक, 'यावर्षी पाऊस कमी पडला, दुष्काळ पडण्याची चिन्हं दिसतायत...' असं म्हणून दुःखीकष्टी होतात. याऐवजी योग्य प्रश्न विचारला, तर समस्येवरील उपाय लगेच दृष्टिपथात येईल. 'दुष्काळावर मात कशी करता येईल? असाध्य वाटणारी समस्या सहजसाध्य कशी करता येईल?' या प्रश्नाद्वारे रचनात्मक, सर्जनशील उपाय आपल्यासमोर येतील. पावसाचं बरंचसं पाणी वाहून वाया जातं. यासाठी 'रेन वॉटर हार्वेस्टिंग'सारख्या तंत्रज्ञानाचा वापर करून 'असाध्य ते साध्य करिता सायास' ही उक्ती आपण सार्थ करू शकतो. मात्र यासाठी अधिकारी,

प्रशासक आणि शेतकरी यांनी पाण्याची समस्या सोडवण्यासाठी योग्य प्रश्न विचारण्याचं पहिलं पाऊल उचललं, तर पुढच्या वर्षी शेतकरी 'आत्मनिर्भर' बनल्याचं चित्र दिसून येईल.

माणसाला त्याच्या दैनंदिन जीवनातील कित्येक समस्या सोडवणं अशक्यप्राय वाटतं. अशा समस्यांवरील उपाय शोधण्यासाठी स्वतःला खालील तीन प्रश्न विचारा,

१. **अमुक समस्या, प्रकल्प, बिजनेस डील यांमध्ये असं काय आहे, जे आज अशक्य वाटतंय; पण त्याचं जर निराकरण झालं तर असामान्य सफलता प्राप्त होईल?**

काही लोक म्हणतील, 'जीवनात भरपूर पैसा असेल, तर असामान्य सफलता मिळाली असं म्हणता येईल.' काही लोकांसाठी 'भरपूर वेळ मिळणं' तर काहींना 'स्वास्थ्य चांगलं राहणं' हे सफलतेचं द्योतक आहे, असं वाटेल. काही लोकांच्या दृष्टीने

'नातेसंबंधात मधुरता निर्माण होणं' म्हणजे यशप्राप्ती वाटेल.

अशावेळी स्वतःला विचारा, '**यात अशक्यप्राय अशी कोणती गोष्ट आहे, जी साध्य झाल्याने मला असामान्य सफलता मिळेल?**'

२. जे 'अशक्य, असाध्य' वाटतंय ते 'साध्य' करण्यासाठी मी काय करायला हवं?

दुसऱ्या पावलावर तुम्हाला जे अशक्य वाटतंय, ते शक्य करण्यासाठी 'कार्ययोजना' आखावी लागेल. जसं, जास्त पैसे मिळवण्यासाठी कोणते सर्जनशील मार्ग अवलंबले तर जीवनात समृद्धी येईल? नातेसंबंधात 'मधुरता' येण्यासाठी नवीन काय करता येईल? वेळेचं व्यवस्थापन उत्तमरीत्या करण्यासाठी दिनचर्येमध्ये कोणते बदल करावे लागतील? अशा सर्व बाबींवर विचार करून कार्ययोजनेचा एक निश्चित आराखडा तयार करावा लागेल.

३. या समस्येला 'पूल' कसं बनवता येईल? समस्येला 'वरदान' बनवून आरपार विचार कसा करता येईल?

एका मनुष्याला त्याच्या गावातून दुसऱ्या गावात जाण्यासाठी नदी पार करावी लागत असे. त्याने या समस्येवर एक उपाय म्हणून होडी तयार केली. या उपायामुळे तो खूप खुश होता. एक दुसरा मनुष्यही दररोज नदी पार करताना त्रासत असे. कारण त्याला केवळ स्वतःची नव्हे, तर आपल्या गावातल्या लोकांची देखील चिंता सतावत होती. त्याने या समस्येतून मार्ग काढण्यासाठी खूप विचार केला आणि गावकऱ्यांच्या मदतीने नदीवर एक लाकडी पूल बांधला. अशा प्रकारे त्याने स्वतःची नव्हे, तर संपूर्ण गावाची समस्या दूर केली. थोडक्यात त्यानं समस्येला निमित्त बनवलं.

तिसऱ्या पावलावर समस्येला आपल्या लक्ष्यपूर्ती मार्गातील पूल बनवायचं आहे. जेव्हा आपल्या जीवनात एखादी समस्या येईल तेव्हा त्याचं निरसन करताना केवळ स्वतःचाच विचार न करता इतरांचंही कल्याण कसं होईल हे बघायचं आहे. आपल्याला समस्येवर अव्यक्तिगत कार्य करायचं आहे. अशा प्रकारे आपलं व्यक्तिगत कार्यदेखील सेवा बनेल. आपलं जीवन निःस्वार्थ बनेल आणि आपण विश्वाच्या प्रगतीत सहभागी व्हाल. समस्येला पूल कसं बनवता येतं, हे आपण पुढील उदाहरणाद्वारे जाणून घेऊ.

एका गावात तीन युवकांचं जीवन अतिशय खडतर बनलं होतं. कारण त्यांच्याकडे गरजेपुरता पैसा, माफक शिक्षण आणि योग्य मार्गदर्शन यांचा अभाव होता. त्यातील एक

युवक अशा परिस्थितीने बेजार होऊन व्यसनाधीन बनला. तो त्याच्या अपयशाचं खापर नेहमी इतरांच्या डोक्यावर फोडायचा. तसंच सतत कठीण परिस्थिती आणि नशिबालाही दोष द्यायचा. पण दुसरा युवक खडतर परिस्थितीशी संघर्ष करून स्वतःच्या पायांवर उभा राहिला. त्याच्या जीवनात जी परिस्थिती निर्माण झाली होती, त्याबद्दल त्याने कुणालाही दोषी ठरवलं नाही. याउलट अथक प्रयत्न, सद्विचार आणि आशावादी दृष्टिकोन यांच्या साहाय्याने तो एका कंपनीचा मॅनेजर बनला.

तिसऱ्या युवकानं मात्र समस्येला पूल बनवून, वरदान बनवून आरपार विचार केला. आर-पार विचार करणं म्हणजे प्रत्येक पैलू लक्षात घेऊन त्यावर सखोल विचार करणं होय.

सफलता-असफलता यांच्या पलीकडे अशी एखादी गोष्ट आहे का, जी प्राप्त केल्याने असामान्य संतुष्टी प्राप्त करता येऊ शकेल, हा प्रश्न त्याने स्वतःला विचारला. मग या प्रश्नावर सखोल मनन करून त्यातील निरनिराळ्या पैलूंवर, वेगवेगळ्या दृष्टिकोनातून विचार केला आणि अखेर सत्याचा शोध पूर्ण केला. एवढंच काय पण करोडो लोकांच्या जीवनात प्रेम, आनंद, शांती, सर्जनशीलता हे गुण विकसित होण्यासाठी तो निमित्त बनला.

यातून एक आश्चर्यकारक गोष्ट तुमच्या लक्षात आलीच असेल! माणूस जेव्हा स्वतःमध्ये ईश्वरीय गुणांचं संवर्धन करतो, तेव्हा आर्थिक अडचणी, जीवनातल्या विविध समस्या आपसूकच विलीन होत जातात.

या उदाहरणातील तिसऱ्या युवकाने आर-पार विचार करण्याचं कसब प्राप्त केलं. म्हणजेच त्यानं समस्येला उच्चतम लक्ष्यप्राप्तीच्या मार्गातील पूल बनवलं. ज्याद्वारे त्यानं सुख-दुःख, यश-अपयश, उच्च-नीच, कमी-जास्त, पूर्ण-अपूर्ण यांसारख्या संकल्पनांतून मुक्ती मिळवली.

अध्याय १९

सर्वोच्च स्थानी कोण

तिसरा लाभदायी प्रश्न

मनुष्य जेव्हा स्वतःचा उल्लेख करतो, तेव्हा तो 'मी, माझं, मला' असे शब्दप्रयोग करतो. जसं- मी हे काम केलं, मला सध्या अमुक ठिकाणी नोकरी आहे इत्यादी. पण बहुतांश वेळेस मनुष्य स्वतःला शरीर समजून हा शब्दप्रयोग करत असतो. खरंतर 'मी' हे दोन प्रकारचे असतात. पहिला प्रकार म्हणजे स्वतःला शरीर समजून 'मी' असा उल्लेख करणं आणि दुसरा म्हणजे 'असीम, अनंत, निराकार मी...' 'मी' या शब्दाचा वापर कधी अहंकारासाठी केला जातो, तर कधी 'सर्वव्यापी मी'साठी. 'सर्वव्यापी मी' म्हणजे सेल्फ (स्व), ईश्वर, निसर्ग... जो प्रत्येकाच्या हृदयात वास करतोय.

आपण जेव्हा 'मी केलं' असं म्हणतो, तेव्हा तो 'मी' म्हणजे अहंकाराचं प्रतीक आहे की स्रोताचं, परमचैतन्याचं, हे समजून घ्यायला हवं. अहंकारामुळे क्रोध, स्वार्थ, लालसा, श्रेय घेण्याची धडपड, भय, तणाव, आत्मप्रौढी, निराशा, चिडचिड असे दुर्गुण निर्माण होतात. पण 'सर्वव्यापी मी'मुळे प्रेम, आनंद, मौन, शांती, करुणा, रचनात्मकता, धाडस, निर्भयता अशा दिव्य गुणांचा आविष्कार होतो.

आपल्या अंतरंगात ईश्वर आहे म्हणजे त्याचे दिव्यगुणही उपलब्ध आहेत.

आपल्या अंतर्यामी प्रेम, आनंद, शांती यांचा असीम सागर सामावलाय. पण खरंतर अहंकारामुळे या असीमतेचा अनुभव आपण घेऊ शकत नाही. अहंकार आपल्याला या दिव्य गुणांपासून दूर ठेवतो.

प्रत्येक क्षणी आपण अहंकाराची बाजू घेत असतो किंवा 'सर्वव्यापी मी' बनून आनंदाची पखरण करत असतो. आपल्या मनाची अवस्थाच दर्शवते, की सध्या आपण कोणत्या 'मी'चे गुण अभिव्यक्त करत आहोत... अहंकाराचे की 'सर्वव्यापी मी'चे? एखाद्या घटनेत आपण तणावग्रस्त झालो किंवा मनात क्रोध निर्माण झाला, तर आपण अहंकाराची अभिव्यक्ती करत असतो, हे निश्चित! लक्षात घ्या, बाह्य घटनांच्या रूपात कितीही मोठं वादळ आलं, तरी आतून शांत आणि स्थिरचित्त राहायला हवं. जेणेकरून 'सेल्फ' म्हणजेच ईश्वर तुमच्या माध्यमातून स्वतःची

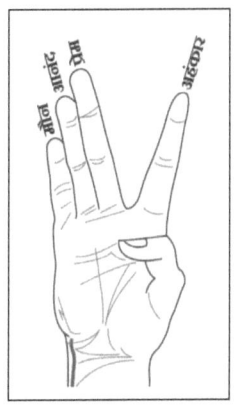

अभिव्यक्ती करेल. आता आपल्याद्वारे कोणाची अभिव्यक्ती व्हायला हवी, हे सर्वस्वी आपल्याच हाती आहे. यासाठी तुम्ही नेहमी सजग असायला हवं. 'मी अहंकाराची बाजू घेतोय की ईश्वराची?' तिसरा प्रश्न विचारल्याने तुमची सजगता वृद्धिंगत होईल.

यासाठी स्वतःला प्रश्न विचारा, माझी निवड कोणती - अहंकार, की प्रेम, आनंद, मौन?

स्वतःला हा प्रश्न विचारल्याने आपल्यात ईश्वरीय गुण ओतप्रोत भरून वाहतील. ईश्वराच्या (सेल्फच्या, निसर्गाच्या) असंख्य गुणांपैकी प्रेम, आनंद, मौन हे तीन प्रमुख गुण आहेत. अहंकारामुळे माणूस निरपेक्ष प्रेम, असीम आनंद आणि मौनाची सखोलता या गोष्टी अनुभवू शकत नाही.

म्हणून स्वतःला हा प्रश्न विचारायला हवा, **'माझी निवड कोणती- अहंकार, की प्रेम, आनंद, मौन?'**

सोबतच्या चित्रातील मुद्रेच्या मदतीने प्रश्न विचारणं आणखी सोपं होईल. यातील तर्जनी म्हणजे अंगठ्याशेजारील बोट हे अहंकाराचं प्रतीक आहे. त्याचबरोबर चित्रात एकमेकांशी जुळलेली तीन बोटं आहेत. त्यातील पहिलं बोट म्हणजे 'प्रेम', तर दुसरं 'आनंद' आणि तिसरं 'मौनाचं' म्हणजेच 'शांतीचं' निदर्शक आहे.

आता हीच गोष्ट समजून घेऊया.

अहंकार : नेहमी स्वतःचाच विचार करतो, स्वतःला कर्ता मानतो, आपल्या मनासारखं न झाल्यास चिडचिड करतो, निराश होतो. इतरांपेक्षा नेहमी स्वतः पुढे जाऊ इच्छितो. कारण तो स्वार्थी असतो. नेहमी 'मी-मी' असा स्वतःचाच टेंभा मिरवत असतो.

प्रेम : प्रेम निःस्वार्थी असतं. ते अटी, अपेक्षा, भेदभाव या सर्व भावनांपासून दूर असतं. शिवाय सर्वांसाठी समान असतं.

आनंद : दिव्य आनंद म्हणजे अत्युच्च आनंदाची निरंतर अवस्था होय. असा आनंद कोणत्याही कारणावर अवलंबून नसतो. लाभ-हानी, मान-अपमान, इच्छापूर्ती-अपूर्ण इच्छा... या सर्वांपलीकडे असणारा हा आनंद! या परमानंदाच्या अवस्थेत बाह्य घटनांमुळे काहीच फरक पडत नाही. कारण हा आनंद ना कोणत्या कारणामुळे निर्माण होतो, ना कोणत्या कारणामुळे नाहीसा होतो. ही आनंदाची निरंतर अवस्था असते.

माझी निवड कोणती -
अहंकार की प्रेम, आनंद, मौन?
सर्वोच्च स्थानी कोण?

Who is topper?

मौन : सामान्यपणे 'मौन' या शब्दाचा अर्थ शांत बसणं असा समजला जातो. पण मौनाचा अर्थ अत्यंत सखोल आहे. जेव्हा आपल्या मनात सुरू असणाऱ्या विचारलहरी शांत असतील, तेव्हाच खरी मौनावस्था प्रकट होईल. समजा, तुम्हाला तुमचा बॉस ओरडत असतो आणि आता बाहेरून तुम्ही मौन धारण केलंय. पण तुमच्या मनाची बडबड मात्र सुरूच आहे. तुम्ही मनातल्या मनात बॉसला शिव्या देत असता. तेव्हा ही मौन अवस्था म्हणता येईल का? नक्कीच नाही. पण उत्तरादाखल तुम्ही काही बोललात आणि आतून मात्र शांत असाल, तर याचाच अर्थ, तुम्ही 'मौनावस्थे'त आहात. श्रीकृष्णाने महाभारताच्या युद्धात अशीच मौन स्थिती बाळगली होती. लोक हे आंतरिक मौन प्राप्त करण्यासाठीच ध्यान करतात.

योग्य प्रश्नांद्वारे योग्य निवड

काही लोक एखादी निर्मिती करण्यासाठी उत्सुक असतात, तेव्हा 'हे काम कसं

होईल... याने मला किती पैसा मिळेल... याने माझा नावलौकिक किती वाढेल... मी सर्वांना कसा मागे टाकू शकेन...' अशा गोष्टींवरच विचार करण्यात वेळ घालवतात. एखाद्या निर्मितीमागे त्याचे अशा प्रकारचे भाव असतील, तर त्याने तणाव निर्माण होतो. शिवाय प्रेम, आनंद, मौन यांसारखे दिव्य गुण बाजूलाच राहतात.

दिवसभरात सगळ्याच गोष्टी तुमच्या मनाप्रमाणे घडत नाहीत. उदाहरणार्थ, वेळेवर चहा न मिळणं, न्याहारीसाठी आवडीचा पदार्थ नसणं, कुणी वेळेवर न येणं, रागाला बळी पडून उग्र प्रतिसाद देण्याची इच्छा होणं, साहेबांची बोलणी खावी लागणं... अशा गोष्टी घडल्या तर त्वरित स्वतःला विचारा, **'आता मी जी गोष्ट करेन, त्यामागे अहंकार असेल, की प्रेम, आनंद, मौन?'**

कोणत्याही नवीन कार्याला प्रारंभ करताना, प्रतिसाद देताना, एखादा महत्त्वपूर्ण निर्णय घेताना, स्वतःला 'अहंकार, की प्रेम, आनंद, मौन?' हा प्रश्न विचारायला हवा.

याप्रमाणे वर्तमानपत्र उशिरा आल्याने, तुमचा संयम सुटत असेल तर स्वतःला विचारा, 'वर्तमानपत्रापेक्षा सर्वोच्च कोण? प्रेम, आनंद, मौन!'

एखाद्या वेळी आपल्याला चहा वा कॉफी मिळण्यास उशीर झाला तेव्हा विचारा, 'चहापेक्षा श्रेष्ठ कोण? प्रेम, आनंद, मौन!'

जीवनात दररोज अशा काही घटना घडत असतात, जेव्हा अहंकार आपलं डोकं वर काढतो आणि अंतर्यामी असणाऱ्या शांतीला आव्हान देतो. तुम्हाला जर शांतीचं महत्त्व समजलं असेल, तर तुम्ही कोणत्याही परिस्थितीत ती हरवू देणार नाही. यासाठी सर्वप्रथम स्वतःला एक वचन द्या- 'माझ्या जीवनात कोणत्याही प्रकारची घटना घडो, मी अंतर्यामीची शांतता मुळीच भंग होऊ देणार नाही. कारण शांतीचं महत्त्व जाणल्याने आता मी तिलाच प्राधान्य देणार आहे.'

समजा, एखाद्यानं तुमच्यावर खोटा आरोप केला, तर तुम्हाला किती राग येईल? पण अशा वेळी मनाची बडबड सुरू होताच स्वतःला विचारा, 'क्रोधापेक्षा श्रेष्ठ कोण? प्रेम, आनंद, मौन.'

तुमच्या मनात जेव्हा अहंकार निर्माण होईल, तेव्हा स्वतःला हा प्रश्न नक्की विचारा, 'सर्वोच्च स्थानी कोण?' आता उत्तरादाखल स्वतःला सांगा, 'प्रेम, आनंद, मौन.'

समजा, तुम्ही एखादं काम खूप मनापासून केलं, पण त्याची कोणी दखलच

घेतली नाही. आता अशा वेळी तुमचं मन बडबड करेल, 'मी इतकं मनापासून काम केलं, पण हा तर मला 'थँक यू'सुद्धा म्हणाला नाही. याला तर माझ्या कामाची कदरच नाही...' आता या घटनेत एक समज बाळगा, की अहंकाराला नेहमी श्रेय (क्रेडिट) घेण्यातच स्वारस्य असतं. पण आता तुम्ही अहंकाराच्या बाजूने नसून केवळ प्रेम, आनंद आणि मौन हीच तुमची सर्वोच्च निवड आहे. म्हणून स्वतःला विचारा, 'क्रेडिटपेक्षा श्रेष्ठ कोण... प्रेम, आनंद, मौन.'

हा लाखमोलाचा प्रश्न तुम्हाला आतून जागृत करेल. जिथे जिथे शक्य असेल, तिथे तिथे स्वतःला हा प्रश्न विचारा- 'सर्वांहून श्रेष्ठ कोण... प्रेम, आनंद, मौन.'

प्रेम, आनंद, मौन... प्रेम, आनंद, मौन... ही धून तुमच्या विचारांचा एक अविभाज्य भाग बनली पाहिजे. मग काही दिवसांतच तुम्हाला जाणवेल, की तुमच्या जीवनात सहजता, सरलता आणि माधुर्य आलं आहे. तुमचा स्वभाव आधीपेक्षा आनंदी आणि शांत बनेल. तुमच्या स्वभावातील हे परिवर्तन इतरांवर नक्कीच सकारात्मक प्रभाव पाडेल. तुमच्या आंतरिक शांतीचे तरंग त्यांच्यापर्यंत निश्चितच पोहोचतील. अशा प्रकारे, तुम्ही इतरांमध्ये प्रेम, आनंद, मौन प्रसारीत करण्यासाठी निमित्त व्हाल. मग तुम्ही प्रत्येक घटनेत आनंदगीत गुणगुणाल-

स्वादिष्ट न लागेल भोजन जेव्हा
तरी खुशीत गावे भजन तेव्हा
श्रद्धा-भक्तीचा भाव मनी जागवा
प्रसाद समजून भोजन ग्रहण करा
आणि म्हणा...
भोजनापेक्षा श्रेष्ठ काय? प्रेम, आनंद, मौन...
सर्वांपेक्षा श्रेष्ठ काय? प्रेम, आनंद, मौन...

अध्याय २०

मी पूर्वावस्थेत आहे का

चौथा लाभदायी प्रश्न

एखादी दुःखद बातमी आपल्या कानावर पडते आणि आपण लगेच अस्वस्थ होतो. जसं, एखाद्या जवळच्या नातेवाइकाचा मृत्यू हृदयविकारामुळे झाल्याची बातमी फोनवरून समजते आणि आपण कमालीचे अस्वस्थ होतो. इतकंच काय, तर आपण विचार करू लागतो, 'अरे बापरे! माझ्यासोबतही अशी विचित्र घटना तर घडणार नाही ना? मला अमुक आजार तर होणार नाही ना...' कधी कधी नकारात्मक विचारांनी लोक इतके त्रस्त होतात, की बसल्या जागी त्यांचा रक्तदाब वाढतो.

कोणाविषयी नकारात्मक बाब ऐकून किंवा एखादी दुर्घटना पाहून आपल्या मनात 'माझ्यासोबत असं घडलं तर...' असे नैराश्यपूर्ण विचार येतात. मग आपण भीती, असुरक्षितता, चिंता, निराशा यांसारख्या गोष्टींत अडकतो. स्वतःला ऊर्जाहीन, निराश समजू लागतो. अशावेळी चौथा लाखमोलाचा प्रश्न स्वतःला नक्की विचारायला हवा- **'हा नकारात्मक विचार येण्याआधी माझी मानसिक अवस्था कशी होती आणि काही वर्षांनी कशी असेल?'**

आता स्वतःला प्रश्न विचारा- फोनवर नकारात्मक बातमी ऐकण्यापूर्वी माझी

मानसिक अवस्था कशी होती?... मी किती आरामात बसलो होतो... मग माझ्यासोबत अचानक असं काय घडलं, जेणेकरून मी अस्वस्थ झालो? पण वास्तविक माझ्यासोबत तर काहीच घडलं नाही, तरी माझी मनःस्थिती का बरं बदलली? हा विचार येण्याआधी माझी अवस्था नेमकी कशी होती?'

अशाप्रकारे एखाद्या वाईट बातमीचा आपल्या मनावर विपरीत परिणाम होतो. आणि काळाच्या ओघात तो पुसटही होत जातो. पण त्याच क्षणी आपण सजग झालो, तर त्या नकारात्मक बाबीचा आपल्यावर कमीत कमी परिणाम होईल. यासाठी ज्या विचारांमुळे आपल्या मनात दुःख निर्माण होतं, त्यावर उपाय शोधायला हवा. यासाठी स्वतःला विचारा, 'हा दुःखद विचार येण्यापूर्वी माझी अवस्था कशी होती?' लक्षात घ्या, तुम्ही तोपर्यंत दुःखी असता, जोपर्यंत तुमच्या मनात दुःखद विचार सुरू असतात. चौथा प्रश्न विचारल्याने तुम्ही दुःखद विचारांपासून अनासक्त व्हाल. आता हीच गोष्ट एका उदाहरणाद्वारे समजून घेऊया.

एक मनुष्य भारतात राहायचा आणि त्याचा नातेवाईक परदेशात असायचा. परदेशातील नातेवाइकाचा काही कारणानं मृत्यू झाला. पण ही गोष्ट भारतात राहणाऱ्या मनुष्यापर्यंत कधी पोहोचलीच नाही. खरंतर ही बातमी त्याला समजेपर्यंत त्याचाही मृत्यू झाला होता. याचाच अर्थ, त्या मनुष्यानं त्याच्या जीवनात नातेवाइकाच्या मृत्यूचं दुःख कधी भोगलंच नाही. कारण त्याला त्यासंबंधी माहिती नसल्याने कोणताही नकारात्मक विचार त्याच्या मनात येऊ शकला नाही.

तात्पर्य- विचारच मनुष्याच्या दुःखासाठी कारणीभूत असतात. तुमच्या मनात जेव्हा दुःखद विचार येतील, तेव्हा स्वतःला विचारा, 'हा नकारात्मक विचार येण्यापूर्वी

माझी अवस्था कशी होती? ज्या घटनेनं मी त्रस्त झालोय, ती अवस्था काही वर्षांनंतरही अशीच असेल का?'

आपल्या आयुष्यात काही घटना अशा घडतात, ज्यामुळे आपण नखशिखांत हादरतो. कारण आपल्याला वाटतं, 'आता ही समस्या माझ्या आयुष्यात कायमच राहणार... ही समस्या कधी संपणारच नाही.' पण काही महिन्यांनी किंवा वर्षांनी मनुष्य म्हणतो, 'आज मी त्या समस्येतून पूर्णतः मुक्त आहे. त्यावेळी मी अतिचिंता करायचो. भूतकाळात ज्या समस्यांना खूप मोठं समजायचो, त्या खरंतर किती क्षुल्लक होत्या!' अशा प्रकारे, कित्येक लोक भूतकाळातील घटना सांगताना म्हणतात, खरंतर या घटना माझ्या जीवनाला वळण देणाऱ्या होत्या.

एक विद्यार्थी परीक्षेमुळे खूप तणावाखाली असतो. त्याला ते दिवस खूपच दुःखद आणि कंटाळवाणे वाटतात. कारण दिवसरात्र त्याला केवळ अभ्यासच करावा लागतो. पण काही वर्षांनी तो, त्या परिस्थितीतून बाहेर पडतो, आपलं करिअर घडवतो, आयुष्यात स्थिरस्थावर होतो. आज तो परीक्षेदरम्यान आलेला ताणतणाव आणि कॉलेज जीवनाची आठवण काढत म्हणतो, 'किती सुंदर दिवस होते ते!' एखादा सुपरस्टार मुलाखत देताना, भूतकाळातील दुःखद घटनांचा, समस्यांचा उल्लेख अगदी अभिमानाने करतो. त्यानं किती कष्टात, हालाखीत दिवस काढले, कधी फुटपाथवर झोपण्याची वेळ आली, तर कधी अर्धपोटी झोपावं लागलं... तरीही इतक्या संकटातून मार्ग काढत कित्येक नायक 'सुपरहिरो' बनतात. पण आज मागे वळून पाहताना त्यांचा ऊर अभिमानाने दाटून येतो.

खरंतर संकटं आणि समस्या या मनुष्याला तावून सुलाखून काढतात. त्याला खऱ्या अर्थानं सक्षम बनवतात, नानाविध अनुभवांची शिदोरी देतात, त्याच्या विकासाचं कारण ठरतात. पण संकटांचा, समस्यांचा सामना करताना मात्र मनुष्य सकारात्मक दृष्टिकोन बाळगू शकत नाही. 'संकटं आणि समस्या म्हणजे माझा विकास करण्यासाठी, मला यशाच्या शिखरावर घेऊन जाण्यासाठी आलेली नामी संधी होय', हा दृष्टिकोन बाळगल्यास मनुष्याचं जीवन सार्थक होईल. जीवनात अमुक समस्या आल्यानेच मी आज इथवर पोहोचू शकलो, असं मनुष्य काही वर्षांनंतर म्हणतो. पण समस्या समोर असताना तो हा विचार करू शकत नाही. लक्षात घ्या, **'जी गोष्ट तुम्ही काही वर्षांनी मान्य करणार आहात, ती आजच स्वीकारा.'**

स्वयंपाकघरात पोळी करपली, तर गृहिणीला किती दुःख होतं! 'आता मला

करपलेली पोळी खावी लागणार. कारण दुसरी पोळी शिल्लकच नाही.' असे विचार येताच गृहिणीनं स्वतःला विचारायला हवं, 'काही वर्षांनी मला पोळी करपल्याचं दुःख होईल का? तेव्हा सुद्धा मी आज करपलेल्या पोळीचा विचार करून दुःखी होईन का?' अर्थातच उत्तर 'नाही' असंच येईल.

काही लोक 'मी आज कार घेऊ शकत नाही. त्यामुळे मला पावसाळ्यात चिखलातून चालावं लागतं' अशी तक्रार करतात. पण हेच लोक काही वर्षांनी जेव्हा स्वतःच्या कारमध्ये बसतात, तेव्हा त्यांना वाटतं, 'पावसात भिजण्याची मौज काही औरच! ते दिवस किती मस्त होते, जेव्हा मी फूटपाथवर चालताना पावसात चिंब भिजायचो.'

सांगण्याचं तात्पर्य, जे उद्या बोलणार आहात, ते आजच बोला. जे भविष्यात मान्य करणार आहात, ते आजच करा. विशेषतः काही समस्या किंवा दुःखद घटना घडताच स्वतःला चौथा लाखमोलाचा प्रश्न विचारा. पूर्वावस्थेत जा आणि पुन्हा एकदा आनंदाला आमंत्रित करा. आपल्या रेडिओला दिव्य तरंगांशी ट्यून करा. मग तणावग्रस्त अवस्था आपोआपच नाहीशी होईल.

अध्याय २१

बीज पेराल आनंदाचं की भिकेचं

पाचवा लाखमोलाचा प्रश्न

एका डाळिंबात किती बिया असतात, हे तुम्ही मोजू शकता. पण एका बीजात किती डाळिंबं सामावली आहेत, हे आपण कधीच जाणू शकणार नाही. अर्थात तुम्ही जे बीज पेरता, त्यातून कित्येक फळं तयार होतात आणि प्रत्येक फळात अनेक बियादेखील सामावलेल्या असतात. एक निसर्गनियम आहे– तुम्ही पेरत असलेल्या एका बीजापासून तुम्हाला अनंत फळं लाभतात. मग ते बीज वाईट असो वा चांगलं. लक्षात घ्या, तुमचे विचारही एखाद्या बीजाप्रमाणेच आहेत. त्यामुळे स्वतःच्या विचारांप्रति नेहमी सजग राहा.

तुम्ही निसर्गला जो देता, तीच गोष्ट तो तुम्हाला कैक पटीने परत करतो. कारण निसर्ग म्हणजे एक गुणक (मल्टीप्लायर) आहे. तुम्ही निसर्गाला चांगुलपणा, प्रेम आणि विश्वास यांचं बीज दिलंत, तर तुम्हाला संपूर्ण विश्व प्रेम, चांगुलपणा आणि विश्वास देत असल्याचा अनुभव येईल. तुमच्या आयुष्यात अशा सकारात्मक गोष्टींचा गुणाकार होईल. पण तुम्ही जर निसर्गाला द्वेष, तिरस्कार, घृणा द्याल तर तो तुम्हाला त्याच गोष्टी अनेक पटींनी परत करेल.

बीज पेरावं गुणगुणत की रडतखडत

निसर्गाचा परिपूर्णतेचा नियम जाणणारे लोक आनंदानं गुणगुणत बीज पेरतात. ते कधीही रडतखडत भीक मागत नाहीत. कारण 'निसर्गासोबतच माझी आदान-प्रदान होत असते', हे त्यांना पक्कं ठाऊक असतं. शिवाय त्याला ही समज असते, 'आपण जे काही देत आहोत ते निसर्गाला देत आहोत. जे मिळत आहे तेदेखील त्याच्याकडूनच लाभत आहे. एखादी व्यक्ती केवळ माध्यम बनून आपल्यापर्यंत काही पोहोचवत असते. मात्र सर्व प्रकारच्या देवाणघेवाणींचा स्रोत निसर्गच आहे. मी जर शुद्ध बीज पेरलं, तर मला रडतखडत भीक मागण्याची गरजच उरणार नाही.'

आपण ईश्वराकडून यश, सुविधा, आरोग्य, सुरक्षा, प्रेम, आत्मविश्वास, प्रसिद्धी, पैसा प्राप्त करू इच्छितो. परंतु ते काम करून घेण्याच्या बदल्यात त्याला काही देत नाही. प्रथम आपली ही चूक सुधारायला हवी. आपण हे पाहिलं असेल, एक बीज जमिनीत टाकताच पिकाच्या रूपानं कित्येक पटीनं आपल्याला परत मिळतं. हे सर्व कसं घडतं? निसर्गाची ही देणगी बघून सर्वांना आनंद होतो, आश्चर्य वाटतं. हा सर्व चमत्कार योग्य जमिनीत, योग्य बीज, योग्य वेळी टाकल्यामुळे होतो. हाच निसर्गाचा नियम माणसाच्या बाबतीतही लागू होतो. आपणसुद्धा आपलं सर्वोच्च बीज (गुण, कष्ट, वेळ, पैसा) सर्वोच्च जमिनीत (गरजवंत) गरजेनुसार, योग्य वेळी पेरा आणि मग बघा, नियती आपलं जीवन चमत्कारिकरीत्या आनंदाने कशी भरून टाकेल ते!

अज्ञानी लोक नकारात्मकतेचं बीज पेरत प्रार्थना करण्याऐवजी भीक मागतात आणि स्वत:चंच नुकसान करून घेतात. बहुतांश लोक नेहमी तक्रारीचा राग आळवत जीवन जगतात. ते त्यांच्या अपयशाचं खापर नातेवाईक, सहकर्मचारी, मित्र यांच्या

माथ्यावर फोडतात. खरंतर असं करून ते चुकीचं बीज पेरत असतात. परिणामी, त्यांच्या जीवनात दुःखाची, अस्वास्थ्याची आणि अडचणींची काटेरी बाभळीच निर्माण होते.

खाली दिलेल्या उदाहरणांद्वारे तुम्ही कोणत्या प्रकारचं विश्वास-बीज पेरत आहात, हे जाणता येईल.

'जीवन मला सुखासुखी राहू देत नाही. चांगली स्थिती कायम राहू शकत नाही. यशस्वी होणं माझ्यासाठी खूपच कठीण आहे, मी विजयी होऊच शकत नाही. माझ्यावर कुणी प्रेमच करत नाही. माझ्या आई-वडिलांबरोबर जे घडलं तेच माझ्यासोबत देखील घडणार आहे. मला कोणतीही शिकण्यासाठी खूप वेळ लागतो, शिकणं अतिशय कठीण आहे. आजार तर माझ्या रक्तातच आहे. माझा जन्म इतरांचे अत्याचार सहन करण्यासाठीच झालाय. वातावरणातील बदलांचा माझ्यावर लगेचच परिणाम होतो. मी संपत्ती सांभाळू शकत नाही. माझ्याकडे पैसा लवकर येत नाही, आला तर तो टिकत नाही...'

कदाचित तुमच्या मनात अशा प्रकारचे स्वसंवाद तर सुरू नाहीत ना? कारण असं करून तुम्ही चुकीचं बीज पेरत आहात. अशावेळी स्वतःला पाचवा प्रश्न विचारा, **'मी गुणगुणत कोणतं विश्वास-बीज पेरू, जेणेकरून माझ्या जीवनात प्रेम, आनंद, शांती आणि समृद्धी बहरेल?'** हा प्रश्न विचारताच तुम्हाला विश्वास-बीज पेरण्यासाठी नवनवीन कल्पना सुचतील. जसं, एखाद्याला प्रेम, पैसा, मदत, वेळ देणं. कुणा गरजवंताला मदत करणं, इत्यादी. परंतु हे करत असताना 'मी हे विश्वास-बीज कुणा व्यक्तीला नव्हे, तर निसर्गाला देत आहे. निसर्ग स्वतः एक गुणक आहे, जो मी पेरलेल्या गोष्टी मला अनंत पटीने परत करतो' ही समज बाळगायला हवी.

आपल्यातील सर्वोत्तम गोष्टीची बीजाच्या रूपात पेरणी करा

प्रत्येक मनुष्यात काही ना काही वैशिष्ट्यं असतात. कोणाकडे इतरांच्या सेवेसाठी वेळ असतो... कोणी शारीरिक श्रम अधिक करू शकतो... कोणी इतरांना चांगल्या पद्धतीने शिकवू शकतो... कोणी भावस्पर्शी लेखन करू शकतो... कोणी मधुर गीत गाऊन उपस्थितांना प्रेरित करतो... तुम्हीही तुमच्यात असणारा सर्वोत्तम गुण शोधा आणि तो निःस्वार्थ सेवाकार्यासाठी वापरा. हेच तुमच्याकडून निसर्गाला दिलेलं सर्वोत्तम बीज असेल.

बरेच लोक एखादी वस्तू स्वतः वापरत नसूनही इतरांना देत नाहीत आणि समजा, त्यांच्या मनात दान करण्याचा विचार आलाच, तर ते मनापासून मुळीच करत नाहीत. मग अतिशय जुने, फाटलेले कपडे ते इतरांना दान करतील. इतकंच काय तर ईश्वराच्या मूर्तीसमोर सडलेल्या फळांचा नेवैद्य दाखवतील. आता असा मनुष्य निसर्गाला कोणते बीज देतोय, याचा विचार करा. तुम्ही जर निसर्गाला असं किडलेलं, निम्न प्रतीचं बीज दिलंत, तर तोदेखील तुम्हाला अशाच नकारात्मक गोष्टी देईल ना! त्यामुळेच रडतखडत भीक मागण्यापेक्षा गुणगुणत, हसत-खेळत बीज पेरणं कधीही श्रेयस्कर!

तुम्ही पेरलेल्या उत्तम बीजांचं फळ मिळताच त्यातील काही भाग राखून ठेवा. जेणेकरून तुमच्याकडे पुन्हा पेरण्यासाठी उत्तम दर्जाचं बीज राहील. असं केल्याने तुमची अपूर्ण राहिलेली कामं पूर्ण होऊ लागतील. तुम्हाला हवी असणारी साधनं उपलब्ध होतील. आवश्यक असणाऱ्या सर्व गोष्टी तुमच्यापर्यंत पोहोचू लागतील. आधी तुम्हाला वेळेची कमतरता जाणवत असेल, तर आता तुमच्याकडे मुबलक प्रमाणात वेळ उपलब्ध असेल.

अशाप्रकारे तुम्हाला मिळणाऱ्या सर्वोत्तम गोष्टींपैकी एक हिस्सा अव्यक्तिगत सेवाकार्यासाठी वापरा. तुम्हाला ज्ञान मिळत असेल, तर ते इतरांपर्यंत पोहोचवा. तुमच्याकडे आरोग्याची संपत्ती असेल, तर इतरांना स्वास्थ्याविषयी महत्त्वपूर्ण माहिती द्या. तुम्ही आनंदानं बीज पेरत गेलात, तर निसर्ग तुम्हाला सर्व काही भरपूर देत जाईल. मग तुम्हाला कधीही काही कमी पडणार नाही. तुम्ही समृद्ध जीवन जगाल.

अध्याय २२

कथा कोणाची

सहावा लाखमोलाचा प्रश्न

सहावा प्रश्न वाचून तुम्ही संभ्रमात पडाल. 'वास्तवात कथा कोणाची चालू आहे' हा प्रश्न विचारताच तुम्हाला वाटेल, 'कथा म्हणजे काय... नेमकं कोणाविषयी सांगितलं जातंय?' आता हाच प्रश्न एका घटनेद्वारे समजून घेऊ या.

समजा, रंगमंचावर एक नाटक सुरू आहे. त्यातील एका पात्राचा मृत्यू झाल्याचा प्रसंग नाटकात सुरू आहे. आता मृत्यूनंतर त्याला एकाच जागी निश्चल झोपून राहावं लागतं. मात्र इतर पात्रं जोरजोरात रडताहेत, कोणी पोलिसांच्या भूमिकेत तपास करतोय. कोणी स्वतःचा अपराध लपवण्यासाठी त्या प्रेताची विल्हेवाट लावतोय. अशा प्रकारे, त्या नाटकात एकाच वेळी अनेक घडामोडी सुरू आहेत.

आता एक गोष्ट समजून घ्यायला हवी. ती म्हणजे, या नाटकातील मृत व्यक्ती खरंच मृत आहे का? नाही ना! कारण ती नाटक संपताच पुन्हा सामान्य आयुष्य जगायला सुरू करेल. थोडक्यात नाटकात जे काही सुरू होतं, ती मुळात त्या मृत मनुष्याची कथा नव्हतीच मुळी! अगदी याचप्रमाणे, इतर सर्व पात्रंदेखील त्यांची-त्यांची भूमिका वठवत आहेत. मुळात त्यांची कथा सुरू नसून ते तर एक नाटक आहे. अगदी याचप्रमाणे,

आपल्यासोबत सुरू असणारी कथा म्हणजे एक नाटक आहे. 'माझा जन्म अमुक शहरात अमुक तारखेला झाला... माझ्या आईवडिलांचे नाव अमुकअमुक आहे... मी या पोस्टवर आहे... मी पुरुष आहे... माझी दोन मुलं आहे... ती अमुक शाळेत जातात...' अशा प्रकारे आपण पृथ्वीवर पार पडत असलेल्या नाटकात काही ना काही भूमिका बजावत आहोत. पण खरंतर ही कथा नेमकी कोणाची आहे?

ही कथा कोणाची आहे

सध्या तुमच्यासोबत जे काही सुरू आहे, ती तुमची कथा मुळीच नाही. ज्याप्रमाणे नाटकातील तो मृत मनुष्य त्याची भूमिका बजावत होता, त्याचप्रमाणे तुम्हीही पृथ्वीवरील नाटकात काही ना काही भूमिका बजावत आहात. आता हीच गोष्ट आपण अधिक सविस्तर जाणून घेऊया.

संपूर्ण संसार म्हणजे एक विशाल रंगमंच आहे. या मंचावर वेगवेगळे देह आपापली भूमिका निभावत आहेत... प्रत्येक मनुष्य म्हणजे जणू एक विशिष्ट पात्र आहे. प्रत्येक पात्र एका कथेनुसार अभिनय करत आहे. आता या कथेत कधी आणखी काही पात्रं जोडली जातात, तर काही पात्रांची भूमिका विशिष्ट काळानंतर संपते. ज्याप्रमाणे मंचावर मृतवत अवस्थेत पडलेल्या मनुष्याची कथा ही त्याची स्वतःची कथा नव्हती, त्याप्रमाणे तुमच्यासोबत सुरू असलेली कथा ही तुम्ही निभावत असलेल्या पात्राची आहे.

एखाद्या नातेवाइकाचा मृत्यू होताच त्याचे नातेवाईक खूप दुःखी होतात. त्यांना वाटतं, आपल्या नातेवाइकाची कथा इथेच संपली. पण लक्षात घ्या, त्या पात्राची भूमिका मृत्यूनंतरच्या जगात सूक्ष्म देहासोबत सुरूच असते.

शरीराचा मृत्यू झाल्यानंतरही सूक्ष्म शरीरात 'अहंकारा'चं अस्तित्व असतंच.

अहंकार पूर्णतः तेव्हाच विलीन होतो, जेव्हा मनुष्याला संपूर्ण ज्ञान प्राप्त होतं. मग त्याला स्वतःचं असीम अस्तित्व जाणवतं. मी अहंकार नसून साक्षात 'सेल्फ' (ईश्वर, स्वानुभव) आहे, हा साक्षात्कार होताच त्याला जाणवतं, की संसाररूपी रंगमंचावर विविध भूमिका बजावणारं एकमेव पात्र म्हणजे 'सेल्फ' (ईश्वर) होय. तोच सर्व पात्रांमागील कर्ता, करविता आहे... खरंतर ही केवळ त्याची आणि त्याचीच कथा सुरू आहे.

असत्य कथा 'सत्य' का वाटते

मग आता प्रश्न हा निर्माण होतो, की जी कथा आपल्यासोबत सुरूच नाही, ती आपल्याला सत्य का वाटते?

यामागील मुख्य कारण म्हणजे एखादी भूमिका निभावताना मनुष्य 'हे तर केवळ एक नाटक सुरू आहे', हेच पूर्णपणे विसरून जातो. समजा, एक मनुष्य नाटकात सर्व भूमिका पार पाडतोय. आधी तो लहान मुलाची भूमिका बजावतोय... काही वेळानंतर तो किशोरवयीन मुलाची, तरुणाची आणि आता प्रौढवयीन मनुष्याची भूमिका बजावतोय. पण काही वेळानंतर तो जर 'सध्या नाटक सुरू आहे' हे सत्य विसरला, तर तो दुःखात होरपळून निघेल. पण जर त्याला 'ही कोणाची कथा सुरू आहे?' हा प्रश्न आठवला, तर ती त्याच्यावर झालेली सर्वांत मोठी ईश्वरीय कृपा असेल. कारण या प्रश्नासोबत तो त्वरित सजग होईल.

लक्षात घ्या, तुम्ही जर स्वतःच्या खऱ्या अस्तित्वाला स्मरून जगत असाल, तर तुमची कथा नेहमीच पूर्ण असेल. पण जर तुम्ही स्वतःला शरीर मानत असाल तर तुम्हाला दुःखाचा सामना करावा लागेल. कारण तुम्ही शरीर नसून 'सेल्फ' आहात. सर्वत्र त्या एकाच परमचैतन्याची, ईश्वराची कथा सुरू आहे. त्यामुळेच ती पूर्ण आहे. कारण सेल्फ म्हणजेच ईश्वर स्वतः परिपूर्ण आहे... त्याच्यात काही जोडलेही जाऊ शकत नाही किंवा तोडलेही जाऊ शकत नाही. ही समज आचरणात आणताच तुमची कथेशी असणारी आसक्ती नाहीशी होईल. मग दुःख, वेदना, चिंता, तणाव या कथेशी संबंधित असणाऱ्या सर्व गोष्टी नाहीशा होतील.

एक उत्कृष्ट अभिनेता स्वतःची भूमिका कशी आनंदानं निभावत असतो! शिवाय, तो स्वतःचं काम झाल्यावर त्या भूमिकेतून बाहेरही येतो. तुम्हीही अशाच प्रकारे, अनासक्त भावनेने संसारातील भूमिका पार पाडायला हव्यात.

आता या नव्या समजेनुसार आपण आपल्या शरीराच्या कथेकडे पुन्हा बघायला

हवं. 'तेथे असं काय घडलं... काय नाही झालं... अद्याप काय होणं बाकी आहे, जे आपल्याला दुःखी आणि तणावग्रस्त करत आहे... अजून परीक्षेचा निकाल यायचा आहे... प्रमोशन व्हायचं आहे... मुलांची लग्नं व्हायची आहेत...' अशा कोणत्याही गोष्टीशी आसक्ती निर्माण होताच मनुष्य दुःखी, चिंताग्रस्त होतो. तेव्हा त्याने स्वतःला सहावा प्रश्न विचारायला हवा, **'माझी कथा तर पूर्ण आहे मग माझ्यासोबत अशी कोणती अपूर्ण कथा जोडली गेलीये जी मला दुःख देत आहे?'** हाच लाखमोलाचा प्रश्न विचारताच आपण जागृत व्हाल. हा प्रश्न आपल्याला शरीराच्या कथेतून मुक्त करेल आणि खऱ्या अर्थाने आपल्याला मुक्ती प्राप्त होईल. जीवनासोबत 'फ्री-फ्लो' मध्ये वाहणं, आसक्तीमुक्त होऊन सहज मनानं कार्य करणं यालाच मुक्त भावनेनं जीवन जगणं असं म्हणतात.

अध्याय २३

‘व्ही.आय.पी.’ की ‘झेड.आय.पी.’

सातवा लाखमोलाचा प्रश्न

तुम्ही जर सहाव्या लाखमोलाच्या प्रश्नावर सखोल मनन केलंत, तर तुमच्या मनातील शंका-कुशंका, भ्रम नक्कीच विलीन होतील. पण तरीही एक मोठा अडथळा मार्गात येऊ शकतो आणि तो म्हणजे झिप! झिप म्हणजे कुलूप लावणं, बंद करणं! या झीपमुळे मनुष्याचं तोंड बंद होत नाही तर त्याच्या तुलनात्मक मनाची बडबड बंद होते. हे तुलनात्मक मन प्रत्येक गोष्टीवर आक्षेप घेतं, तर्क लढवतं, तुलना करतं आणि शंकाही घेतं... या तुलनात्मक मनाची बडबड बंद होताच सहज मनाला त्याचं कार्य करणं शक्य होतं. मग मनुष्याचं शरीर म्हणजे ईश्वराच्या अभिव्यक्तीचं माध्यम बनतं.

झिपचं स्पेलिंग आहे, ‘झेड.आय.पी.’ पण आपल्या सर्वांना आवडणारी गोष्ट म्हणजे, ‘व्ही.आय.पी.’ ज्याचा अर्थ आहे, ‘व्हेरी इम्पॉर्टंट पर्सन.’ अर्थात अतिमहत्त्वपूर्ण व्यक्ती. मोहमायावी जगात लोकांना ‘व्ही.आय.पी.’ बनण्याची ओढ असते. कारण मोहमायेत ईश्वरापेक्षा अधिक महत्त्वाचा अहंकार असतो. मायावी दुनियेत केवळ अहंकाराच्या संतुष्टीसाठी, अहंभावाच्या पुष्टीसाठीच सर्व खेळ सुरू असतो. पण अध्यात्म मार्गावर वाटचाल करणाऱ्या मनुष्याचं ध्येय ‘व्ही.आय.पी.’ बनण्याचं नसून ‘झेड.आय.पी.’ बनणं असायला हवं.

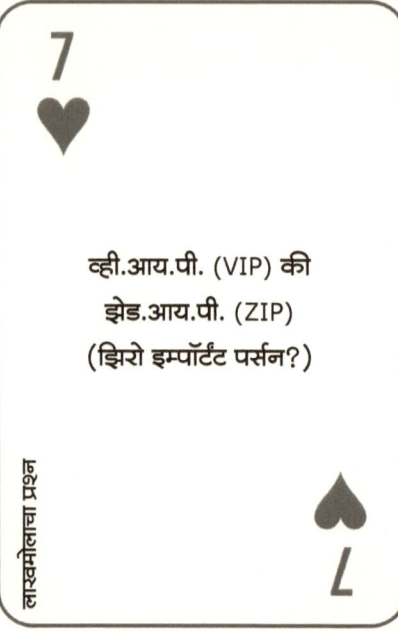

झेड.आय.पी. चा अर्थ आहे- झिरो इम्पॉर्टंट पर्सन. अर्थात एक असं शरीर, ज्यात अहंकाराला मुळीच थारा नसतो. अशा व्यक्तीचं संपूर्ण लक्ष केवळ 'स्व'त्वावर म्हणजेच अंतर्यामी असणाऱ्या दिव्य अवस्थेवर केंद्रित असतं. अशा देहाद्वारे केवळ सत्याचीच अभिव्यक्ती होते... शिवाय जे निर्णय घेतले जातात, ते केवळ सहज मनाद्वारेच घेतले जातात.

सातव्या प्रश्नाद्वारे तुम्हालाही 'झिरो इम्पॉर्टंट पर्सन' बनायचंय. आपलं मन नेहमी तुलना करणार आहे, की ते शांतही बसणार आहे, आपल्या शरीराद्वारे सत्याची अभिव्यक्ती होत आहे, की अहंकाराची, हे जाणण्यासाठी स्वतःला सातवा प्रश्न विचारा. समजा, तुम्ही आज 'झिरो इम्पॉर्टंट पर्सन' नसाल (म्हणजेच तुमच्या मनात वारंवार अहंकार डोकावत असेल) तर स्वतःला पहिला लाखमोलाचा प्रश्न विचारा. जेणेकरून आपल्या रेडिओला दिव्य तरंगांशी जास्तीत जास्त ताळमेळ साधता यावा. प्रेम, आनंद, मौन यांना जीवनात सर्वोच्च स्थान द्या. सर्वश्रेष्ठ बीजांची पेरणी गुणगुणत करा, ज्यायोगे आपलं जीवन सर्वोच्च स्थानी विराजमान होईल. त्याचबरोबर आणखी एका प्रश्नावर भरपूर मनन करा, की आपल्या शरीरासोबत कुणाची कथा चालली आहे? या प्रश्नांवर जर सहजतेनं कार्य झालं तर हा प्रश्न स्वतःच आपलं उत्तर बनेल आणि आपण 'झिप' या अवस्थेचा आनंद घ्याल.

सातवा प्रश्न आहे, 'कोण आहे मी? व्ही.आय.पी. की झेड.आय. पी.?' आता 'झिरो इम्पॉर्टंट पर्सन' बनण्यासाठी खाली देण्यात आलेलं ध्यान करून बघा.

वाचकांना प्रस्तुत ध्यानाचं आकलन सहजपणे व्हावं यासाठी मूळ हिंदी ध्यानातील काही मजकूर तसाच सादर करण्यात आला आहे.

हूँ ध्यान

डोळे बंद करून ध्यानावस्थेत बसा. सहजतेने सुरू असणाऱ्या श्वासावर स्वतःचं लक्ष केंद्रित करा.

सुरुवातीला 'कौन हूँ मैं... कौन हूँ मैं...' या प्रश्नाचा हळूहळू जप करा. 'कौन हूँ मैं... कौन हूँ मैं... कौन हूँ मैं... कौन हूँ मैं... कौन हूँ मैं... कौन हूँ मैं...' आपली ओळख शोधण्याचा प्रयत्न करा. कदाचित तुमचं मन उत्तर देईल, 'मी अमुक जातीचा आहे.' कदाचित तुमचं मन तुम्ही करत असलेल्या व्यवसायाचा उल्लेख करेल. जसं, 'मी शिक्षक आहे', 'मी डॉक्टर आहे', 'मी व्यापारी आहे', 'मी गृहिणी आहे' इत्यादी. कदाचित तुमचं मन नातेसंबंधात अडकेल. जसं, 'मी आई आहे... मी वडील आहे... मी नवरा आहे... मी भाऊ आहे' इत्यादी.

आता एक गोष्ट लक्षात घ्या. मन देत असलेली सर्व उत्तरं म्हणजे केवळ लेबल्स आहेत. ही सर्व बिरुदं (लेबल्स) काही काळ बाजूला ठेवा.

तुम्ही जेव्हा कोणत्याच लेबलमध्ये अडकणार नाही, तेव्हा तुमची शरीराशी किंवा मनाशी संबंधित असणाऱ्या कोणत्याही पैलूशी आसक्ती राहणार नाही. आता 'कौन हूँ मैं' या प्रश्नातील 'कौन' हा शब्द काढून टाका. आता उरेल एकच उत्तर, 'हूँ मैं' 'हूँ मैं... हूँ मैं... हूँ मैं... हूँ मैं... हूँ मैं... हूँ मैं... हूँ मैं... हूँ मैं... हूँ मैं... हूँ मैं... हूँ मैं... हूँ मैं... हूँ मैं... हूँ मैं... हूँ मैं...'

यानंतर 'हूँ मैं' मधून 'मैं' हा शब्दही काढून टाका. आता उरेल केवळ 'हूँ'कार... अर्थातच आपल्या अस्तित्वाची जाणीव... या हूँकाराचा जप सुरू ठेवा... हूँ...

या ध्यानात तुम्हाला स्वतःच्या असीम अस्तित्वाची जाणीव होईल. ही जाणीव प्रखर होताच तुम्ही 'झिरो इम्पॉर्टंट पर्सन' या अवस्थेपर्यंत पोहोचाल... जिथे कोणताही अहंभाव नसेल... कोणताही अहंकार नसेल... असेल केवळ आपल्या शुद्ध अस्तित्वाची जाणीव, अर्थातच 'आहा'!

आता हळूहळू आपले डोळे उघडा. पण डोळे उघडल्यानंतरही 'हूँ' च्याच जाणिवेत राहा.

♦ ♦ ♦

हे पुस्तक वाचल्यानंतर आपला अभिप्राय कृपया या पत्त्यावर अवश्य पाठवा.
Tej Gyan Global Foundation,
Pimpri Colony Post Office, P.O.Box 25, Pune-411017. Maharashtra (India).

एक अल्प परिचय
सरश्री

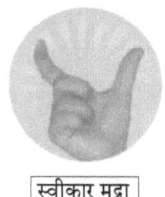

स्वीकार मुद्रा

सरश्रींचा आध्यात्मिक शोधाचा प्रवास त्यांच्या बालपणापासूनच सुरू झाला होता. हा शोध सुरू असतानाच त्यांनी अनेक प्रकारच्या पुस्तकांचं अध्ययन केलं. त्याचबरोबर या शोधकाळात त्यांनी अनेक ध्यानपद्धतींचा अभ्यासही केला. त्यांच्यातील या जिज्ञासेने त्यांना अनेक वैचारिक आणि शैक्षणिक संस्थांमध्ये जाण्यासाठी प्रेरित केलं. जीवनाचं रहस्य समजण्यासाठी त्यांनी **प्रदीर्घ काळ मनन करून आपलं शोधकार्य सातत्याने सुरू ठेवलं. या शोधातूनच त्यांना 'आत्मबोध' प्राप्त झाला.** आत्मसाक्षात्कारानंतर त्यांना जाणवलं, की अध्यात्माचा प्रत्येक मार्ग ज्या शृंखलेने जोडलेला आहे, तो म्हणजे **'समज'** (Understanding). आत्मबोधप्राप्तीनंतर त्यांनी अध्यापनाचं कार्य थांबवलं आणि जवळ जवळ दोन दशकांहूनही अधिक काळ आपलं समस्त जीवन मानवजातीच्या कल्याणासाठी आणि आध्यात्मिक विकासासाठी अर्पण केलं.

सरश्री म्हणतात, ''सत्यप्राप्तीच्या सर्व मार्गांचा प्रारंभ जरी वेगवेगळ्या मार्गांनी होत असला, तरी सर्वांचा अंत मात्र एकच समज प्राप्त केल्याने होतो. ही **'समज'च सर्व काही असून ती स्वतःमध्ये परिपूर्ण आहे.** आध्यात्मिक ज्ञानप्राप्तीसाठी या 'समजे'चं श्रवणच पुरेसं आहे.'' ही समज प्रकाशमान करण्यासाठी आजपर्यंत त्यांनी **आध्यात्मिक विषयांवर तीन हजारांहून अधिक प्रवचनं दिली आहेत.** या प्रवचनांद्वारे ते अध्यात्मातील अतिशय गहन संकल्पना सहज, सुलभ आणि व्यावहारिक भाषेत समजावून सांगतात. समाजातील प्रत्येक स्तरावरील मनुष्य सरश्रींद्वारे सांगितल्या जाणाऱ्या या समजेचा लाभ घेऊ शकतो.

ही समज प्रत्येकाला आपल्या अनुभवातून प्राप्त व्हावी, यासाठी सरश्रींनी **'महाआसमानी परमज्ञान शिबिर'** आणि त्यासाठी आवश्यक असणारी कार्यप्रणाली (सिस्टिम) तयार केली. **तिचा लाभ आज लाखो लोक घेत आहेत.** या प्रणालीला आय.एस.ओ. (ISO 9001:2015) प्रमाणपत्रही लाभलंय. या प्रणालीमुळेच

अनेकांना सत्यमार्गावर वाटचाल करण्याची प्रेरणा मिळाली आहे. या समजेचा प्रचार आणि प्रसार करण्यासाठी त्यांनी 'तेजज्ञान फाउंडेशन' या आध्यात्मिक संस्थेचा पाया रचला. **'हॅपी थॉट्सद्वारे उच्चतम विकसित समाजाची निर्मिती करणे,'** हेच या संस्थेचं मुख्य उद्दिष्ट आहे.

विश्वातील प्रत्येक मनुष्य आज सरश्रींच्या मार्गदर्शनाचा लाभ घेऊ शकतो. त्यासाठी कोणत्याही धर्म, जात, उपजात, वर्ण, पंथ वा लिंग यांचं बंधन नसतं. विश्वाच्या प्रत्येक कानाकोपऱ्यांतील लोक आज 'तेजज्ञान'च्या अनोख्या ज्ञानप्रणालीचा (System for Wisdom) लाभ घेत आहेत. याच व्यवस्थेचा आणखी एक महत्त्वपूर्ण भाग म्हणजे, **दररोज सकाळी आणि रात्री ९ वाजून ९ मिनिटांनी लाखो लोक विश्वशांतीसाठी प्रार्थना करत आहेत.**

बेस्ट सेलर पुस्तक 'विचार नियम' शृंखलेचे रचनाकार म्हणूनही सरश्रींना ओळखलं जातं. **केवळ पाच वर्षांच्या कालावधीत या पुस्तकाच्या १ कोटीपेक्षा अधिक प्रती वितरित** झाल्या आहेत. याशिवाय आजवर त्यांनी विविध विषयांवर **१०० हून अधिक पुस्तकं लिहिली** आहेत. त्यांपैकी 'विचार नियम', 'स्वसंवाद एक जादू', 'शोध स्वतःचा', 'स्वीकाराची जादू', 'निःशब्द संवाद एक जादू', 'संपूर्ण ध्यान' इत्यादी पुस्तकं बेस्ट सेलर झाली आहेत. ही पुस्तकं दहापेक्षा अधिक भाषांमध्ये अनुवादित असून, पेंगुइन बुक्स, हे हाउस पब्लिशर्स, जैको बुक्स, मंजुळ पब्लिशिंग हाउस, प्रभात प्रकाशन, राजपाल अ‍ॅण्ड सन्स, पेंटागॉन प्रेस आणि सकाळ प्रकाशन इत्यादी प्रमुख प्रकाशन संस्थांद्वारे ती प्रकाशित झाली आहेत.

तेजज्ञान फाउंडेशन परिचय

तेजज्ञान फाउंडेशन आत्मविकासातून आत्मसाक्षात्कार प्राप्त करण्याचा एक मार्ग आहे. यासाठी सरश्रींद्वारा एक अनोखी बोधप्रणाली (System for Wisdom) निर्माण झाली आहे. या प्रणालीला आंतरराष्ट्रीय प्रमाणपत्राद्वारे ISO 9001:2015च्या आवश्यकतेनुसार आणि निकष पडताळून सरळ, व्यावहारिक आणि प्रभावी बनवलं गेलं आहे.

या संस्थेच्या प्रबोधनपद्धतीच्या भिन्न पैलूंना (शिक्षण, निरीक्षण आणि गुणवत्ता) स्वतंत्र गुणवत्ता परीक्षकांद्वारे (Quality Auditors) क्रमबद्ध पद्धतीने पडताळलं गेलं. त्यानंतर या पैलूंना ISO 9001:2015 साठी पात्र समजून या बोधपद्धतीला हे प्रमाणपत्र प्रदान करण्यात आलं.

या फाउंडेशनचे लक्ष्य आहे नकारात्मक विचारांकडून सकारात्मक विचारांकडे वाटचाल. सकारात्मक विचारांकडून शुभ विचारांकडे म्हणजे हॅपी थॉट्सकडे प्रगती. शुभ विचारांकडून निर्विचार अवस्थेकडे मार्गक्रमण आणि निर्विचार अवस्थेच्या अंती आत्मसाक्षात्कार प्राप्ती. 'मी सर्व विचारांपासून मुक्त व्हावे' हा विचार म्हणजे शुभु विचार (हॅपी थॉट्स). 'मी प्रत्येक इच्छेपासून मुक्त व्हावे', अशी इच्छा म्हणजे शुभ इच्छा.

तेजज्ञान म्हणजे ज्ञान व अज्ञान या दोहोंच्या पलीकडचे ज्ञान. पुष्कळ लोक सामान्य ज्ञानाच्या (General Knowledge) माहितीलाच ज्ञान मानतात. परंतु अस्सल ज्ञान आणि नुसती माहिती यांत फार मोठे अंतर आहे. आजमितीला लोक सामान्य ज्ञानाच्या उत्तरांनाच जास्त महत्त्व देतात. अशा ज्ञानाचे विषय म्हणजे कर्म आणि भाग्य, योग आणि प्राणायाम, स्वर्ग आणि नरक इत्यादी. आजच्या युगात सामान्यज्ञान प्राप्त करणारे लोक, शिक्षक मोठ्या प्रमाणावर आहेत; परंतु हे ज्ञान ऐकून जीवनात परिवर्तन घडून येत नाही. असे ज्ञान म्हणजे केवळ बुद्धिविलास आहे किंवा अध्यात्माच्या नावावर चाललेला बुद्धीचा व्यायाम आहे.

सर्व समस्यांवरील उपाय आहे तेजज्ञान. क्रोध, चिंता आणि भय यांपासून मुक्त जीवन म्हणजे तेजज्ञान. शारीरिक, मानसिक, सामाजिक, आर्थिक आणि आध्यात्मिक प्रगतीचा, सर्वांगीण प्रगतीचा मार्ग आहे तेजज्ञान. तेजज्ञान आपल्या अंतरंगात आहे. येथे या आणि या गोष्टीचा अनुभव घ्या.

आपल्याला असे ज्ञान हवे आहे, की जे सामान्य ज्ञानापलीकडे आहे, जे प्रत्येक समस्येवरील उत्तर आहे, जे प्रत्येक समजुतीपासून, गृहीत धारणांपासून आपल्याला मुक्त करते, ईश्वरी साक्षात्कार घडविते, अंतिम सत्यात स्थापित करते. आता वेळ आली आहे शाब्दिक, सामान्यज्ञानातून बाहेर येऊन तेजज्ञानाचा अनुभव घेण्याची!

आजवर जप-तप, तंत्र-मंत्र, कर्म-भाग्य, ध्यान-ज्ञान, योग-भक्ती असे अनेक मार्ग अध्यात्मात सांगितले आहेत. या सर्व मार्गांनी प्राप्त होणारी अंतिम समज, अंतिम ज्ञान, बोध एकच आहे. अंतिम सत्याच्या शोधकाला, साधकाला शेवटी जी एकच 'समज' प्राप्त होते, ती 'समज' श्रवणानेसुद्धा प्राप्त होऊ शकते. अशा समजप्राप्तीसाठी श्रवण करणे यालाच तेजज्ञान प्राप्त करणे म्हटले गेले आहे. तेजज्ञानाच्या श्रवणाने सत्याचा साक्षात्कार घडतो, ईश्वरीय अनुभव मिळतो. हेच तेजज्ञान सरश्री महाआसमानी शिबिरात प्रदान करतात.

महाआसमानी परमज्ञान शिबिर परिचय आणि लाभ (निवासी)

तुम्हाला सर्वोच्च आनंद हवाय? असा आनंद, जो कोणत्याही बाह्य कारणावर अवलंबून नाही... जो प्रत्येक क्षणी वृद्धिंगत होतो. या जीवनात तुम्हाला प्रेम, विश्वास, शांती, समृद्धी आणि परमसंतुष्टी हवी आहे का? शारीरिक, मानसिक, सामाजिक, आर्थिक आणि आध्यात्मिक अशा आयुष्याच्या सर्व स्तरांवर यशस्वी होण्याची तुमची इच्छा आहे का? 'मी कोण आहे' हे तुम्हाला अनुभवाने जाणावंसं वाटतं का?

तुमच्या अंतर्यामी अशा सर्व प्रश्नांची उत्तरं जाणण्याची इच्छा आणि 'अंतिम सत्य' प्राप्त करण्याची तृष्णा असेल, तर तेजज्ञान फाउंडेशनतर्फे आयोजित 'महाआसमानी शिबिरा'त तुम चं स्वागत आहे. हे शिबिर सरश्रींच्या मार्गदर्शनावर आधारित आहे. सरश्री, आजच्या युगातील आध्यात्मिक गुरू असून, ते आजच्या लोकभाषेत अत्यंत सहजपणे आध्यात्मिक समज प्रदान करतात.

महाआसमानी परमज्ञान शिबिराचा उद्देश : विश्वातील प्रत्येक मनुष्यानं 'मी कोण आहे', या प्रश्नाचं उत्तर जाणून तो सर्वोच्च आनंदाच्या अवस्थेत स्थापित व्हावा, हाच या शिबिराचा मुख्य उद्देश आहे. प्रत्येकाला असं ज्ञान प्राप्त व्हावं, जेणेकरून त्यानं प्रत्येक क्षणी वर्तमानात जगण्याची कला आत्मसात करावी. तो भूतकाळाचं ओझं आणि भविष्याची चिंता यांतून मुक्त व्हावा. प्रत्येकाच्या आयुष्यात कधीही न संपणारा आनंद आणि योग्य समज यावी. शिवाय, प्रत्येकानं समस्या विलीन करण्याची कला आत्मसात करावी. थोडक्यात, मनुष्यजन्माचा उद्देश सफल व्हावा, हाच या शिबिराचा उद्देश आहे.

'मी कोण आहे? मी येथे का आहे? मोक्ष म्हणजे काय? या जन्मातच मोक्षप्राप्ती शक्य आहे का?' असे प्रश्न जर तुमच्या मनात असतील, तर त्यांवरील उत्तर आहे- 'महाआसमानी परमज्ञान शिबिर'.

महाआसमानी परमज्ञान शिबिराचे मुख्य लाभ : वास्तविक या शिबिराचे लाभ तर असंख्य आहेत; पण त्यांपैकी मुख्य लाभ पुढीलप्रमाणे- * जीवनात शक्तिशाली ध्येय निश्चित होतं *'मी कोण आहे' हे अनुभवाने जाणता येतं (सेल्फ रियलायजेशन) *मनाचे सर्व विकार विलीन होतात. * भय, चिंता, क्रोध, बोरडम, मोह, तणाव या नकारात्मक बाबींतून मुक्ती *प्रेम,आनंद, मौन, समृद्धी, संतुष्टी, विश्वास अशा दिव्य गुणांशी युक्ती * साधं, सरळ पण शक्तिशाली जीवन जगता येतं * प्रत्येक समस्येचं निराकरण करण्याची कला प्राप्त होते * 'प्रत्येक क्षणी वर्तमानात जगणं' हा तुमचा स्वभाव बनतो * आपल्यातील सर्व सकारात्मक शक्यता खुलतात *याच जीवनात मोक्षप्राप्ती होते

महाआसमानी परमज्ञान शिबिरात सहभागी कसं व्हाल? या शिबिरात सहभागी होण्यासाठी तुम्हाला खालील बाबींची पूर्तता करायची आहे- १. तुमचं वय कमीत कमी अठरा किंवा त्यापेक्षा

अधिक असायला हवं. २. सर्वप्रथम तुम्हाला 'सत्य-स्थापना' (फाउंडेशन ट्रुथ रिट्रीट) शिबिरात सहभागी व्हावं लागेल. या शिबिरात, तुम्ही प्रामुख्यानं दोन बाबी शिकाल- प्रत्येक क्षणी वर्तमानात जगण्याची कला कशी आत्मसात करावी आणि निर्विचार अवस्था कशी प्राप्त करावी. ३. प्राथमिक स्तरावर तुम्हाला काही प्रवचनं ऐकायची असून, त्यांतून तुम्ही मूलभूत समज आत्मसात कराल आणि महाआसमानी शिबिरात प्रवेश करण्यासाठी तयार व्हाल.

हे शिबिर साधारणपणे एक-दोन महिन्यांच्या अंतराने आयोजित करण्यात येतं. यात हजारो सत्यशोधक सहभागी होतात. या शिबिराची तयारी दोन पद्धतींनी करू शकता. पहिली पद्धत- मनन आश्रम, पुणे येथे ५ दिवसीय शिबिरात भाग घेऊ शकता. दुसरी पद्धत- तेजज्ञान फाउंडेशनच्या जवळच्या सेंटरवर जाऊन सत्यश्रवणाद्वारेही करू शकता. महाराष्ट्रात अहमदनगर, सातारा, औरंगाबाद, नाशिक, नागपूर, वर्धा, अमरावती, चंद्रपूर, यवतमाळ, कोल्हापूर, सांगली, रत्नागिरी, लातूर, बीड, नांदेड, परभणी, पनवेल, मुंबई, ठाणे, सोलापूर, पंढरपूर, जळगाव, अकोला, बुलढाणा, धुळे, भुसावळ आणि महाराष्ट्राबाहेर सुरत, अहमदाबाद, बडोदा, नवी दिल्ली, बेंगलुरू, बेळगाव, धारवाड, रायपूर, भुवनेश्वर, कोलकाता, रांची, लखनौ, कानपूर, चंदीगढ, जयपूर, चेन्नई, पणजी, म्हापसा, भोपाळ, इंदोर, इटारसी, हर्दा, विदिशा, बुऱ्हाणपूर या ठिकाणी महाआसमानी शिबिराची पूर्वतयारी करू शकता.

तेजज्ञान फाउंडेशनमध्ये उपलब्ध असणाऱ्या सरश्रीलिखित पुस्तकांचं वाचन करून तुम्ही या शिबिराची पूर्वतयारी करू शकता. याशिवाय, तुम्ही रेडिओ किंवा यू ट्युबवरील सरश्रींच्या प्रवचनांचा लाभही घेऊ शकता. पण लक्षात घ्या, पुस्तकांतील ज्ञान, रेडिओ आणि यू ट्युबवरील प्रवचनं म्हणजे 'तेजज्ञानाची तोंडओळख' आहे; 'संपूर्ण तेजज्ञान' मुळीच नाही. तुम्ही महाआसमानी शिबिरात सहभागी होऊनच तेजज्ञानाचा आनंद घेऊ शकता. तेव्हा आगामी महाआसमानी शिबिरात सहभागी होण्यासाठी आजच संपर्क करा- 09921008060/75, 9011013208

महाआसमानी परमज्ञान शिबिरस्थान : हे शिबिर पुण्यातील मनन आश्रम येथे आयोजित केलं जातं. येथे तुमच्या निवासाची आणि भोजनाची व्यवस्था केली जाते. तुम्हाला काही शारीरिक व्याधी असतील आणि त्यासाठी जर तुम्ही नियमितपणे औषधं घेत असाल, तर शिबिरात येताना ती सोबत बाळगावीत. शिवाय, वातावरणानुसार गरम कपडे, स्वेटर, ब्लँकेटही आणावं.

पुणे शहरापासून १७ किलोमीटर अंतरावर अत्यंत निसर्गरम्य परिसरात मनन आश्रम वसलेला आहे. आश्रमात महिला आणि पुरुष यांच्या निवासाची स्वतंत्र व्यवस्था असून येथे जवळपास ८०० लोकांच्या राहण्याची व्यवस्था आहे. आपण हवाईमार्ग, हायवे किंवा रेल्वे अशा कोणत्याही मार्गाने पुण्यात येऊ शकता.

मनन आश्रम : मनन आश्रम, पुणे, सर्व्हे नं. ४३, सणस नगर, नांदोशी गाव, किरकटवाडी फाटा, तालुका- हवेली, जिल्हा- पुणे- ४११०२४. फोन- 09921008060

☆ तेजज्ञान इंटरनेट रेडिओ ☆

तेजज्ञान इंटरनेट रेडिओद्वारे २४ तास ३६५ दिवस, सरश्रींच्या प्रवचन आणि भजनांचा लाभ घ्या. त्यासाठी पाहा लिंक -
http://www.tejgyan.org/internetradio.aspx

विविध भारती F.M. वर दर रविवारी
सकाळी १०:०५ ते १०:१५ वा.

नोट : या कार्यक्रमांच्या वेळेत बदल झाल्यास नोंद ठेवावी.

www.youtube.com/tejgyan च्या साहाय्यानेदेखील सरश्रींच्या प्रवचनांचा लाभ घेऊ शकता.
For online shoping visit us - www.tejgyan.org,
www.gethappythoughts.org

आपणास हवी असलेली पुस्तकं घरपोच मिळण्यासाठी मनीऑर्डर पाठवा. ही पुस्तकं आमच्या खर्चाने रजिस्टर्ड पोस्ट, कुरिअर आणि व्ही.पी.पी.द्वारे पाठवली जातील. त्यासाठी खालील पत्त्यावर संपर्क साधावा.

वॉव पब्लिशिंग्ज् प्रा. लि.
*रजिस्टर्ड ऑफिस : E-4, वैभव नगर, तपोवनमंदिराजवळ, पिंपरी, पुणे -४११०१७
* पोस्ट बॉक्स नं. ३६, पिंपरी कॉलनी, पोस्ट ऑफिस, पिंपरी-पुणे - ४११०१७
फोन नं. : 09011013210 / 9623457873
आपण पुस्तकांची ऑर्डर ऑनलाईनही देऊ शकता.
लॉग इन करा - www.gethappythoughts.org
५०० रुपयांहून अधिक किमतीची पुस्तकं मागवल्यास १०% सूट मिळेल आणि डिलिव्हरी फ्री.

तेजज्ञान फाउंडेशनच्या मुख्य शाखा

पुणे : (रजिस्टर्ड ऑफिस)
विक्रांत कॉम्प्लेक्स, तपोवन मंदिराजवळ, पिंपरी,
पुणे : ४११ ०१७.
फोन : (०२०) २७४१२५७६, २७४११२४०

मनन आश्रम :
सर्व्हे नं. ४३, सणस नगर, नांदोशी गांव,
किरकटवाडी फाटा, तालुका : हवेली,
जि. पुणे: ४११ ०२४. फोन : ०९९२१००८०६०

e-books
The Source • Complete Meditation • Ultimate Purpose of Success • Enlightenment I Inner Magic • Celebrating Relationships • Essence of Devotion • Master of Siddhartha • Self Encounter and many more.
Also available in Hindi at gethappythoughts.org

Free apps
U R Meditation & Tejgyan Internet Radio on all platforms like Android, iPhone, iPad and Amazon

e-magazines
'Yogya Aarogya' & 'Drushtilakshya'
emagazines available on www.magzter.com

www.ingramcontent.com/pod-product-compliance
Lightning Source LLC
LaVergne TN
LVHW040151080526
838202LV00042B/3109
* 9 7 8 8 1 8 4 1 5 5 3 6 5 *